ANG SINING NG PAGBABA NG TINAPAY NA VEGAN SA BAHAY

Isang Vegan na Diskarte sa Lutong Bahay Na Tinapay sa pamamagitan ng 100 Recipe

María Soledad Sanchez

Copyright Material ©2024

Lahat ng Karapatan ay Nakalaan

Walang bahagi ng aklat na ito ang maaaring gamitin o ipadala sa anumang anyo o sa anumang paraan nang walang wastong nakasulat na pahintulot ng publisher at may-ari ng copyright, maliban sa mga maikling sipi na ginamit sa isang pagsusuri. Ang aklat na ito ay hindi dapat ituring na kapalit ng medikal, legal, o iba pang propesyonal na payo.

TALAAN NG MGA NILALAMAN

TALAAN NG NILALAMAN 3
PANIMULA 6
TINAPAY NG PORTUGUESE 7
    1. BOLA DE CARNE 8
    2. BROA DE MILHO 11
    3. PÃO ALENTEJANO 13
    4. PAPO-SECO O CARCAÇA 16
    5. PÃO DE MAFRA 19
    6. BROA DE AVINTES 22
    7. PÃO DE CENTEIO 24
    8. BROA DE AVINTES 26
    9. PÃO DE ÁGUA 29
    10. PÃO DE BATATA 31
    11. PÃO NG MEALHADA 33
    12. PÃO DE ALFARROBA 35
    13. PÃO DE RIO MAIOR 37
    14. PÃO DE CENTEIO 40
    15. REGUEIFA 42
TINAPAY NG KASTILA 45
    16. PAN CON TOMATE 46
    17. PAN RUSTICO 48
    18. PAN DE PAYÉS 51
    19. PAN GALLEGO 53
    20. PAN CUBANO 56
    21. PAN DE ALFACAR 58
    22. PAN CATETO 61
    23. PAN DE CRUZ 64
    24. PATAQUETA 67
    25. TELERA 70
    26. LLONGUET 73
    27. BOROÑA 76
    28. PISTOLA 79
    29. REGAÑAO 82
    30. TORTA DE ARANDA 85
    31. TXANTXIGORRI 88
    32. PAN DE SEMILLAS 91
    33. OREJA 94
TINAPAY NG GREEK 96
    34. LAGANA 97
    35. HORIATIKO PSOMI 100
    36. LADENI 103

    37. PSOMI PITA 106
    38. PSOMI SPITIKO 109
    39. KOULOURI THESSALONIKIS 111
    40. ARTOS 114
    41. ZEA 117
    42. PAXIMATHIA 120
    43. BATZINA 123
    44. PSOMI TOU KYRION 126
    45. XEROTIGANA 129

TINAPAY NG PRANSES 132
    46. BAGUETTE 133
    47. BAGUETTES AU LEVAIN 137
    48. PAIN D'ÉPI 139
    49. PAIN D'ÉPI AUX HERBES 143
    50. FOUÉE 147
    51. FOUGASSE 150
    52. FOUGASSE À L'AIL 153
    53. FOUGASSE AU ROMARIN 155
    54. PAIN DE CAMPAGNE 158
    55. BOULE DE PAIN 162
    56. LA PETITE BOULE DE PAIN 166
    57. KUMPLETO SA SAKIT 169
    58. PAIN AUX NOIX 173
    59. GIBASSIER 177
    60. SAKIT AU ANAK 179
    61. FALUCHE 181
    62. PAIN DE SEIGLE 184
    63. MICHEL 187

TINAPAY NA ITALYANO 190
    64. GRISSINI ALLE ERBE 191
    65. PANE PUGLIESE 193
    66. GRISSINI 196
    67. PANE PITA 199
    68. PANE AL FARRO 201
    69. FOCACCIA 204
    70. FOCACCIA DI MELE 207
    71. SCHIACCIATA 210
    72. PANE DI ALTAMURA 213
    73. PANE CASARECCIO 216
    74. PANE TOSCANO 219
    75. PANE DI SEMOLA 221
    76. PANE AL POMODORO 223
    77. PANE ALLE OLIVE 226

78. Pane Alle Noci 229
79. Pane Alle Erbe 231
80. Pane Di Riso 234
81. Pane Di Ceci 236
82. Pane Di Patate 238
83. Tarallı 240

TINAPAY NG TURKISH **243**

84. Simit 244
85. Ekmek 247
86. Lahmacun 249
87. Bazlama 252
88. Sırıklı Ekmek 255
89. Lavaş 258
90. Acı Ekmeği 261
91. Peksimet 264
92. Cevizli Ekmek 266
93. Yufka 269
94. Pide Ekmek 272
95. Vakfıkebir Ekmeği 275
96. Karadeniz Yöresi Ekmeği 278
97. Köy Ekmeği 281
98. Tost Ekmeği 284
99. Kaşarlı Ekmek 287
100. Kete 290

KONKLUSYON **293**

PANIMULA

Maligayang pagdating sa "ANG SINING NG PAGBABA NG TINAPAY NA VEGAN SA BAHAY," isang culinary adventure kung saan ginalugad namin ang mundo ng vegan baking sa pamamagitan ng 100 masarap na recipe ng tinapay. Ang cookbook na ito ay ang iyong gabay sa paggawa ng masarap at plant-based na tinapay sa ginhawa ng iyong sariling kusina. Samahan kami sa isang paglalakbay na ipinagdiriwang ang kasiningan ng paggawa ng tinapay na vegan, mula sa bango ng tumataas na masa hanggang sa kasiyahan sa pagtikim ng bagong lutong tinapay. Isipin ang isang kusinang puno ng amoy ng mainit na tinapay, mga gintong crust, at mga masustansyang sangkap na naaayon sa iyong vegan na pamumuhay. Ang "ANG SINING NG PAGBABA NG TINAPAY NA VEGAN SA BAHAY" ay hindi lamang isang koleksyon ng mga recipe; ito ay isang paggalugad ng mga diskarte, lasa, at kagalakan na kasama ng paggawa ng vegan bread. Isa ka mang baker na baker o bago sa mundo ng veganism, ang mga recipe na ito ay ginawa para magbigay ng inspirasyon sa iyong gumawa ng masarap at walang kalupitan na tinapay.

Mula sa mga klasikong sandwich na tinapay hanggang sa artisanal na sourdough, at mula sa matatamis na almusal hanggang sa malasang mga rolyo, ang bawat recipe ay isang pagdiriwang ng versatility at pagkamalikhain na iniaalok ng vegan baking. Nagluluto ka man para sa almusal, tanghalian, hapunan, o isang masarap na meryenda, ang cookbook na ito ay ang iyong mapagkukunan para sa pagpapataas ng iyong mga kasanayan sa paggawa ng tinapay na vegan.

Samahan kami sa pag-aaral namin sa sining ng vegan bread, kung saan ang bawat recipe ay isang testamento sa mga posibilidad at sarap na lalabas kapag nagsasama-sama ang mga sangkap na nakabatay sa halaman. Kaya, tipunin ang iyong harina, lebadura, at vegan-friendly na mga sangkap, yakapin ang kagalakan ng pagluluto sa hurno, at magsimula tayo sa isang paglalakbay sa pagluluto sa pamamagitan ng "ANG SINING NG PAGBABA NG TINAPAY NA VEGAN SA BAHAY."

TINAPAY NG PORTUGUESE

1. Bola De Carne

MGA INGREDIENTS:
PARA SA DOUGH:
- 4 tasa ng harina ng tinapay
- 10 g asin
- 10g ng asukal
- 7g instant dry yeast
- 250ml mainit na tubig
- 2 kutsarang langis ng oliba

PARA SA PAGPUPUNO:
- 300g ground beef (o pinaghalong karne ng baka at baboy)
- 1 maliit na sibuyas, pinong tinadtad
- 2 sibuyas ng bawang, tinadtad
- 1 maliit na karot, pinong gadgad
- 1 kutsarang tomato paste
- 1 kutsarita ng paprika
- Asin at paminta para lumasa
- Tinadtad na sariwang perehil (opsyonal)

MGA TAGUBILIN:
a) Sa isang malaking mangkok ng paghahalo, pagsamahin ang harina ng tinapay, asin, at asukal.
b) Sa isang hiwalay na maliit na mangkok, i-dissolve ang instant dry yeast sa maligamgam na tubig. Hayaang umupo ito ng mga 5 minuto hanggang sa maging mabula.
c) Ibuhos ang yeast mixture sa mangkok na may pinaghalong harina. Idagdag ang langis ng oliba. Haluing mabuti hanggang sa mabuo ang lahat ng sangkap at maging malagkit na masa.
d) Ilipat ang kuwarta sa ibabaw ng bahagyang harina at masahin ito ng mga 10 minuto hanggang sa maging makinis at nababanat.
e) Ibalik ang kuwarta sa mangkok ng paghahalo, takpan ito ng malinis na tuwalya sa kusina o plastic wrap, at hayaan itong tumaas sa isang mainit na lugar sa loob ng mga 1 hanggang 2 oras, o hanggang dumoble ito sa laki.
f) Habang tumataas ang kuwarta, ihanda ang pagpuno. Sa isang kawali, magpainit ng ilang langis ng oliba sa katamtamang init.

Idagdag ang tinadtad na sibuyas at tinadtad na bawang, at igisa hanggang sa maging translucent.

g) Idagdag ang giniling na karne ng baka (o pinaghalong karne ng baka at baboy) sa kawali at lutuin hanggang sa maging browned. Idagdag ang grated carrot, tomato paste, paprika, asin, at paminta. Haluing mabuti para pagsamahin ang lahat ng sangkap. Magluto ng isa pang ilang minuto hanggang sa maghalo ang mga lasa. Alisin sa init at hayaang lumamig.

h) Kapag ang masa ay tumaas, ilipat ito sa isang floured surface at hatiin ito sa dalawang pantay na bahagi.

i) Kumuha ng isang bahagi ng kuwarta at igulong ito sa isang bilog o hugis-itlog na hugis, mga ¼ pulgada ang kapal.

j) Ikalat ang kalahati ng pagpuno ng karne sa ibabaw ng pinagsama-samang kuwarta, na nag-iiwan ng maliit na hangganan sa paligid ng mga gilid.

k) Pagulungin ang pangalawang bahagi ng kuwarta sa isang katulad na hugis at ilagay ito sa ibabaw ng pagpuno ng karne, tinatakan ang mga gilid nang magkasama. Maaari mong i-crimp ang mga gilid gamit ang iyong mga daliri o gumamit ng tinidor upang pagdikitin ang mga ito.

l) Painitin muna ang iyong oven sa 200°C (400°F).

m) Ilipat ang pinagsama-samang Bola de Carne sa isang baking sheet na nilagyan ng parchment paper. Gumawa ng ilang mababaw na hiwa sa ibabaw ng tinapay upang payagan ang singaw na lumabas habang nagluluto.

n) Ihurno ang Bola de Carne sa preheated oven sa loob ng mga 30 hanggang 35 minuto, o hanggang maging golden brown sa labas at parang guwang kapag tinapik sa ibaba.

o) Alisin ang Bola de Carne mula sa oven at hayaan itong lumamig nang bahagya bago hiwain at ihain.

2.Broa De Milho

MGA INGREDIENTS:
- 250g cornmeal (pino o katamtamang giling)
- 250g harina ng trigo
- 10 g asin
- 10g ng asukal
- 10g aktibong dry yeast
- 325ml mainit na tubig
- Langis ng oliba, para sa pagpapadulas

MGA TAGUBILIN:
a) Sa isang malaking mangkok ng paghahalo, pagsamahin ang cornmeal, harina ng trigo, asin, at asukal.
b) Sa isang hiwalay na mangkok, i-dissolve ang lebadura sa maligamgam na tubig at hayaan itong umupo ng mga 5 minuto hanggang sa maging mabula.
c) Ibuhos ang yeast mixture sa mangkok na may cornmeal at harina. Haluing mabuti hanggang sa mabuo ang lahat ng sangkap at maging malagkit na masa.
d) Takpan ang mangkok ng malinis na tuwalya sa kusina o plastic wrap at hayaang tumaas ang masa sa isang mainit na lugar nang mga 1 hanggang 2 oras, o hanggang sa dumoble ang laki nito.
e) Painitin muna ang iyong oven sa 200°C (400°F) at lagyan ng mantika ang isang baking sheet o lagyan ng parchment paper.
f) Kapag tumaas na ang kuwarta, dahan-dahang hubugin ito ng bilog o hugis-itlog na tinapay at ilagay sa inihandang baking sheet.
g) Takpan ang tinapay gamit ang isang malinis na tuwalya sa kusina at hayaan itong tumaas ng isa pang 30 minuto.
h) Pagkatapos ng ikalawang pagtaas, gumamit ng matalim na kutsilyo o razor blade upang makagawa ng ilang mababaw na hiwa sa tuktok ng tinapay. Makakatulong ito sa pagpapalawak ng tinapay habang nagluluto.
i) Ilagay ang baking sheet sa preheated oven at i-bake ang tinapay sa loob ng mga 30 hanggang 35 minuto, o hanggang maging golden brown sa labas at parang guwang kapag tinapik sa ibaba.
j) Kapag naluto na ang broa de milho, alisin ito sa oven at hayaang lumamig sa wire rack bago hiwain at ihain.

3.Pão Alentejano

MGA INGREDIENTS:
- 4 na tasa ng matapang na harina ng tinapay
- 350ml mainit na tubig
- 10 g asin
- 5g aktibong tuyong lebadura

MGA TAGUBILIN:
a) Sa isang malaking mangkok ng paghahalo, pagsamahin ang harina ng tinapay at asin.
b) Sa isang hiwalay na mangkok, i-dissolve ang lebadura sa maligamgam na tubig at hayaan itong umupo ng mga 5 minuto hanggang sa maging mabula.
c) Ibuhos ang yeast mixture sa mangkok na may harina at asin. Haluing mabuti hanggang ang mga sangkap ay ganap na pinagsama at bumuo ng isang malagkit na masa.
d) Takpan ang mangkok ng malinis na tuwalya sa kusina o plastic wrap at hayaang tumaas ang masa sa isang mainit na lugar nang mga 1 hanggang 2 oras, o hanggang sa dumoble ang laki nito. Ito ay nagpapahintulot sa lebadura na mag-ferment at bumuo ng lasa.
e) Pagkatapos tumaas ang kuwarta, painitin muna ang iyong oven sa 220°C (425°F).
f) Bahagyang harina ang isang malinis na ibabaw at ilabas ang kuwarta dito. Masahin ang kuwarta ng mga 10 minuto hanggang sa maging makinis at elastic.
g) Hugis ang kuwarta sa isang bilog na tinapay at ilagay ito sa isang baking sheet na nilagyan ng parchment paper o isang greased baking dish.
h) Takpan ang tinapay gamit ang isang malinis na tuwalya sa kusina at hayaan itong tumaas ng isa pang 30 minuto.
i) Kapag bumangon muli ang kuwarta, gumamit ng matalim na kutsilyo o talim ng labaha upang makagawa ng ilang diagonal na hiwa sa tuktok ng tinapay. Papayagan nitong lumawak ang tinapay habang nagluluto.
j) Ilagay ang baking sheet sa preheated oven at ihurno ang tinapay sa loob ng mga 30 hanggang 35 minuto, o hanggang sa ito

ay maging ginintuang kayumanggi at tunog guwang kapag tinapik sa ibaba.

k) Kapag naluto na ang tinapay, alisin ito sa oven at hayaang lumamig sa wire rack bago hiwain at ihain.

l) Masiyahan sa iyong lutong bahay na Pão Alentejano!

4. Papo-Seco O Carcaça

MGA INGREDIENTS:
- 4 tasa ng harina ng tinapay
- 10 g asin
- 10g ng asukal
- 7g instant dry yeast
- 300ml mainit na tubig
- Langis ng oliba
- Dagdag na harina para sa pag-aalis ng alikabok

MGA TAGUBILIN:
a) Sa isang malaking mangkok ng paghahalo, pagsamahin ang harina ng tinapay, asin, asukal, at instant dry yeast.
b) Dahan-dahang idagdag ang maligamgam na tubig sa mga tuyong sangkap habang hinahalo gamit ang kahoy na kutsara o spatula.
c) Ipagpatuloy ang paghahalo hanggang sa magsama-sama ang masa at maging masyadong mahirap haluin.
d) Ilipat ang kuwarta sa ibabaw ng bahagyang harina at masahin ito ng mga 10 minuto hanggang sa maging makinis at nababanat.
e) Hugis ang kuwarta sa isang bola at ilagay ito pabalik sa mangkok ng paghahalo. Magpahid ng kaunting olive oil sa ibabaw ng kuwarta at paikutin ito para pantay-pantay na balutin ng mantika.
f) Takpan ang mangkok ng malinis na tuwalya sa kusina o plastic wrap at hayaang tumaas ang masa sa isang mainit na lugar nang mga 1 hanggang 2 oras, o hanggang sa dumoble ang laki nito.
g) Kapag ang kuwarta ay tumaas, suntukin ito upang palabasin ang hangin at ilipat ito pabalik sa ibabaw ng harina.
h) Hatiin ang kuwarta sa mas maliliit na bahagi, bawat isa ay tumitimbang ng humigit-kumulang 70-80g, depende sa nais na laki ng mga rolyo ng tinapay.
i) Hugis ang bawat bahagi sa isang bilog na bola sa pamamagitan ng pagtiklop sa mga gilid sa ilalim at paggulong sa ibabaw gamit ang iyong palad.
j) Ilagay ang hugis na mga rolyo ng tinapay sa isang baking sheet na nilagyan ng parchment paper, na nag-iiwan ng ilang espasyo sa pagitan ng mga ito para sa pagpapalawak.

k) Takpan ang baking sheet ng malinis na tuwalya sa kusina at hayaang tumaas ang mga roll ng tinapay para sa isa pang 30 minuto.
l) Painitin muna ang iyong oven sa 220°C (425°F).
m) Kapag tumaas na ang mga rolyo ng tinapay, gumamit ng matalim na kutsilyo o talim ng labaha upang makagawa ng ilang diagonal na hiwa sa tuktok ng bawat roll.
n) Ilagay ang baking sheet sa preheated oven at i-bake ang mga bread roll nang mga 15 hanggang 20 minuto, o hanggang sa maging golden brown ang mga ito at parang guwang kapag tinapik sa ilalim.
o) Kapag naluto na ang Papo-seco o Carcaça, alisin ang mga ito sa oven at hayaang lumamig sa wire rack bago ihain.
p) Masiyahan sa iyong lutong bahay na Papo-seco o Carcaça! Ang mga ito ay perpekto para sa mga sandwich o ihain kasama ng iyong mga paboritong pagkain.

5.Pão De Mafra

MGA INGREDIENTS:
- 1kg harina ng tinapay
- 20 g asin
- 20g ng asukal
- 20g sariwang lebadura
- 700ml mainit na tubig
- Langis ng oliba
- Dagdag na harina para sa pag-aalis ng alikabok

MGA TAGUBILIN:
a) Sa isang malaking mangkok ng paghahalo, pagsamahin ang harina ng tinapay, asin, at asukal.
b) Sa isang hiwalay na maliit na mangkok, i-dissolve ang sariwang lebadura sa isang maliit na halaga ng maligamgam na tubig. Kung gumagamit ng aktibong dry yeast, i-dissolve ito sa isang maliit na halaga ng maligamgam na tubig na may isang kurot ng asukal at hayaan itong umupo ng 5 minuto hanggang sa ito ay mabula.
c) Gumawa ng isang balon sa gitna ng pinaghalong harina at ibuhos sa dissolved yeast mixture.
d) Dahan-dahang idagdag ang maligamgam na tubig sa mangkok, habang hinahalo gamit ang kahoy na kutsara o spatula. Ipagpatuloy ang paghahalo hanggang sa magkadikit ang masa.
e) Ilipat ang kuwarta sa isang bahagyang natabunan ng harina at masahin ito ng mga 10-15 minuto hanggang sa maging makinis, nababanat, at bahagyang malagkit.
f) Hugis ang kuwarta sa isang bola at ilagay ito pabalik sa mangkok ng paghahalo. Magpahid ng kaunting olive oil sa ibabaw ng kuwarta at paikutin ito para pantay-pantay na balutin ng mantika.
g) Takpan ang mangkok ng malinis na tuwalya sa kusina o plastic wrap at hayaang tumaas ang masa sa isang mainit na lugar nang mga 2 hanggang 3 oras, o hanggang sa dumoble ang laki nito.
h) Kapag ang kuwarta ay tumaas, suntukin ito upang palabasin ang hangin at ilipat ito pabalik sa ibabaw ng harina.
i) Hatiin ang kuwarta sa dalawang pantay na bahagi at hubugin ang bawat bahagi sa isang bilog o hugis-itlog na tinapay. Ilagay ang mga tinapay sa isang baking sheet na nilagyan ng parchment paper.

j) Takpan ang baking sheet ng malinis na tuwalya sa kusina at hayaang tumaas ang mga tinapay para sa isa pang 30 hanggang 60 minuto.

k) Painitin muna ang iyong oven sa 230°C (450°F).

l) Kapag bumangon na ang mga tinapay, gumamit ng matalim na kutsilyo o talim ng labaha upang makagawa ng ilang diagonal na hiwa sa tuktok ng bawat tinapay.

m) Ilagay ang baking sheet sa preheated oven at i-bake ang mga tinapay sa loob ng mga 25 hanggang 30 minuto, o hanggang sa maging golden brown ang mga ito at parang guwang kapag tinapik sa ibaba.

n) Kapag naluto na ang Pão de Mafra, alisin ang mga tinapay mula sa oven at hayaang lumamig sa wire rack bago hiwain at ihain.

6.Broa De Avintes

MGA INGREDIENTS:
- 250g cornmeal (pino o katamtamang giling)
- 250g harina ng trigo
- 10 g asin
- 10g ng asukal
- 7g aktibong tuyong lebadura
- 325ml mainit na tubig
- Langis ng oliba, para sa pagpapadulas

MGA TAGUBILIN:

a) Sa isang malaking mangkok ng paghahalo, pagsamahin ang cornmeal, harina ng trigo, asin, at asukal.

b) Sa isang hiwalay na maliit na mangkok, i-dissolve ang aktibong dry yeast sa maligamgam na tubig. Hayaang umupo ito ng mga 5 minuto hanggang sa maging mabula.

c) Ibuhos ang yeast mixture sa mangkok na may cornmeal at harina. Haluing mabuti hanggang sa mabuo ang lahat ng sangkap at maging malagkit na masa.

d) Takpan ang mangkok ng malinis na tuwalya sa kusina o plastic wrap at hayaang tumaas ang masa sa isang mainit na lugar nang mga 1 hanggang 2 oras, o hanggang sa dumoble ang laki nito.

e) Painitin muna ang iyong oven sa 200°C (400°F) at lagyan ng mantika ang isang baking sheet o lagyan ng parchment paper.

f) Kapag tumaas na ang kuwarta, dahan-dahang hubugin ito ng bilog o hugis-itlog na tinapay at ilagay sa inihandang baking sheet.

g) Takpan ang tinapay gamit ang isang malinis na tuwalya sa kusina at hayaan itong tumaas ng isa pang 30 minuto.

h) Pagkatapos ng ikalawang pagtaas, gumamit ng matalim na kutsilyo o razor blade upang makagawa ng ilang mababaw na hiwa sa tuktok ng tinapay. Makakatulong ito sa pagpapalawak ng tinapay habang nagluluto.

i) Ilagay ang baking sheet sa preheated oven at i-bake ang tinapay sa loob ng mga 30 hanggang 35 minuto, o hanggang maging golden brown sa labas at parang guwang kapag tinapik sa ibaba.

j) Kapag naluto na ang Broa de Avintes, alisin ito sa oven at hayaang lumamig sa wire rack bago hiwain at ihain.

7.Pão De Centeio

MGA INGREDIENTS:
- 250 g harina ng rye
- 250g harina ng tinapay
- 10 g asin
- 7g instant dry yeast
- 325ml mainit na tubig
- Langis ng oliba, para sa pagpapadulas
- Dagdag na harina para sa pag-aalis ng alikabok

MGA TAGUBILIN:
a) Sa isang malaking mangkok ng paghahalo, pagsamahin ang harina ng rye, harina ng tinapay, at asin.
b) Sa isang hiwalay na maliit na mangkok, i-dissolve ang instant dry yeast sa maligamgam na tubig. Hayaang umupo ito ng mga 5 minuto hanggang sa maging mabula.
c) Ibuhos ang yeast mixture sa mangkok na may mga harina at asin. Haluing mabuti hanggang sa mabuo ang lahat ng sangkap at maging malagkit na masa.
d) Takpan ang mangkok ng malinis na tuwalya sa kusina o plastic wrap at hayaang tumaas ang masa sa isang mainit na lugar nang mga 1 hanggang 2 oras, o hanggang sa dumoble ang laki nito.
e) Painitin muna ang iyong oven sa 220°C (425°F) at lagyan ng mantika ang isang baking sheet o lagyan ng parchment paper.
f) Kapag ang masa ay tumaas, ilipat ito sa isang bahagyang floured na ibabaw at hugis ito sa isang bilog o hugis-itlog na tinapay.
g) Ilagay ang tinapay sa inihandang baking sheet. Gumawa ng ilang mababaw na hiwa sa tuktok ng tinapay gamit ang isang matalim na kutsilyo o talim ng labaha.
h) Takpan ang tinapay gamit ang isang malinis na tuwalya sa kusina at hayaan itong tumaas ng isa pang 30 minuto.
i) Ihurno ang tinapay sa preheated oven sa loob ng mga 35 hanggang 40 minuto, o hanggang sa ito ay maging ginintuang kayumanggi at parang guwang kapag tinapik sa ilalim.
j) Kapag naluto na ang Pão de Centeio, alisin ito sa oven at hayaang lumamig sa wire rack bago hiwain at ihain.

8.Broa De Avintes

MGA INGREDIENTS:
- 250g cornmeal
- 250g harina ng tinapay
- 10 g asin
- 7g instant dry yeast
- 325ml mainit na tubig
- Langis ng oliba, para sa pagpapadulas

MGA TAGUBILIN:

a) Sa isang malaking mixing bowl, pagsamahin ang cornmeal, bread flour, asin, at instant dry yeast.

b) Dahan-dahang idagdag ang maligamgam na tubig sa mga tuyong sangkap habang hinahalo. Ipagpatuloy ang paghahalo hanggang ang lahat ng mga sangkap ay lubusang pinagsama at bumuo ng isang malagkit na masa.

c) Ilipat ang kuwarta sa ibabaw ng bahagyang harina at masahin ito ng mga 10 minuto hanggang sa maging makinis at nababanat. Magdagdag ng higit pang harina kung kinakailangan, ngunit mag-ingat na huwag masyadong tuyo ang kuwarta.

d) Ibalik ang kuwarta sa mangkok ng paghahalo, takpan ito ng malinis na tuwalya sa kusina o plastic wrap, at hayaan itong tumaas sa isang mainit na lugar sa loob ng mga 1 hanggang 2 oras, o hanggang dumoble ang laki.

e) Kapag tumaas na ang kuwarta, painitin muna ang iyong oven sa 200°C (400°F).

f) Push down ang kuwarta upang palabasin ang hangin at hugis ito sa isang bilog na tinapay o mga indibidwal na roll, depende sa iyong kagustuhan.

g) Ilagay ang hugis na kuwarta sa isang baking sheet na nilagyan ng parchment paper. Gumawa ng ilang mababaw na hiwa sa tuktok ng tinapay upang payagan ang pagpapalawak habang nagluluto.

h) Takpan ang baking sheet ng malinis na tuwalya sa kusina at hayaang tumaas ang kuwarta para sa isa pang 30 minuto.

i) Ihurno ang Broa de Avintes sa preheated oven sa loob ng mga 30 hanggang 35 minuto, o hanggang sa maging golden brown sa labas at parang guwang kapag tinapik sa ibaba.

j) Alisin ang tinapay mula sa oven at hayaang lumamig sa wire rack bago ihain.

9. Pão De Água

MGA INGREDIENTS:
- 4 tasa ng harina ng tinapay
- 2 kutsarita ng asin
- 2 kutsarita ng instant yeast
- 2 tasang maligamgam na tubig

MGA TAGUBILIN:

a) Sa isang malaking mangkok, pagsamahin ang harina ng tinapay, asin, at instant yeast.

b) Dahan-dahang idagdag ang maligamgam na tubig, haluing mabuti hanggang sa mabuo ang malambot na masa.

c) Ilipat ang kuwarta sa ibabaw ng floured at masahin ng mga 10 minuto hanggang sa maging makinis at elastic.

d) Ibalik ang kuwarta sa mangkok, takpan ito ng tela, at hayaang tumaas ito sa isang mainit na lugar sa loob ng 1-2 oras o hanggang dumoble ang laki.

e) Painitin muna ang oven sa 450°F (230°C) at maglagay ng baking stone o baking sheet sa gitnang rack.

f) Push down ang kuwarta at hugis ito sa isang bilog o hugis-itlog na tinapay.

g) Ilagay ang tinapay sa isang baking sheet na nilagyan ng pergamino at hayaang tumaas ito ng isa pang 30 minuto.

h) Gamit ang isang matalim na kutsilyo, gumawa ng diagonal slash sa tuktok ng tinapay

i) Ilipat ang baking sheet sa preheated baking stone o baking sheet sa oven.

j) Maghurno ng humigit-kumulang 30-35 minuto o hanggang ang tinapay ay maging ginintuang kayumanggi at tumutunog na guwang kapag tinapik sa ilalim.

k) Alisin sa oven at hayaang lumamig sa wire rack bago hiwain at ihain.

10.Pão De Batata

MGA INGREDIENTS:
- 2 katamtamang patatas, binalatan at pinutol
- 1 tasang mainit na tubig
- 2 kutsarang langis ng oliba
- 1 kutsarang instant yeast
- 2 kutsarita ng asin
- 4 tasa ng harina ng tinapay

MGA TAGUBILIN:
a) Ilagay ang cubed patatas sa isang kasirola at takpan ng tubig. Pakuluan hanggang sa lumambot ang patatas.
b) Alisan ng tubig ang nilutong patatas at i-mash hanggang makinis. Hayaang lumamig nang bahagya.
c) Sa isang malaking mangkok, pagsamahin ang maligamgam na tubig, langis ng oliba, instant yeast, at asin. Haluing mabuti.
d) Idagdag ang mashed patatas sa pinaghalong at haluin hanggang sa mahusay na pinagsama.
e) Dahan-dahang idagdag ang harina ng tinapay, haluing mabuti hanggang sa mabuo ang malambot na masa.
f) Ilipat ang kuwarta sa ibabaw na may harina at masahin ng mga 10 minuto o hanggang sa maging makinis at nababanat.
g) Ibalik ang kuwarta sa mangkok, takpan ito ng tela, at hayaang tumaas ito sa isang mainit na lugar sa loob ng 1-2 oras o hanggang dumoble ang laki.
h) Painitin muna ang oven sa 375°F (190°C) at lagyan ng mantika ang kawali ng tinapay.
i) Push down ang kuwarta at hugis ito sa isang tinapay. Ilagay ito sa greased bread pan.
j) Takpan ang kawali gamit ang isang tela at hayaang tumaas ang kuwarta para sa isa pang 30 minuto.
k) Maghurno ng humigit-kumulang 30-35 minuto o hanggang ang tinapay ay maging ginintuang kayumanggi at tumutunog na guwang kapag tinapik sa ilalim.
l) Alisin sa oven at hayaang lumamig sa wire rack bago hiwain at ihain.

11.Pão Ng Mealhada

MGA INGREDIENTS:
- 4 tasa ng harina ng tinapay
- 1 pakete (2 ¼ kutsarita) aktibong dry yeast
- 1 kutsarita ng asukal
- 1 kutsarita ng asin
- 2 tasang mainit na tubig

MGA TAGUBILIN:
a) Sa isang maliit na mangkok, i-dissolve ang lebadura at asukal sa maligamgam na tubig. Hayaang umupo ng 5 minuto hanggang mabula.
b) Sa isang malaking mangkok ng paghahalo, pagsamahin ang harina ng tinapay at asin.
c) Ibuhos ang yeast mixture sa pinaghalong harina at haluing mabuti para makabuo ng malagkit na masa.
d) Ilipat ang kuwarta sa isang bahagyang floured surface at masahin ng mga 10 minuto hanggang makinis at elastic. Maaaring kailanganin mong magdagdag ng kaunti pang harina kung ang masa ay masyadong malagkit.
e) Ilagay ang kuwarta sa isang mangkok na may mantika, takpan ito ng malinis na tuwalya sa kusina, at hayaan itong tumaas sa isang mainit na lugar nang mga 1 oras o hanggang sa doble ang laki.
f) Painitin muna ang oven sa 450°F (230°C).
g) Push down ang kuwarta at hugis ito sa isang bilog na tinapay.
h) Ilagay ang tinapay sa isang baking sheet na nilagyan ng parchment paper.
i) Gamit ang isang matalim na kutsilyo, gumawa ng ilang mababaw na hiwa sa tuktok ng tinapay.
j) Hayaang magpahinga ang kuwarta para sa karagdagang 15 minuto.
k) Ihurno ang tinapay sa preheated oven sa loob ng mga 20-25 minuto o hanggang ang crust ay maging golden brown at ang tinapay ay parang guwang kapag tinapik sa ilalim.
l) Alisin ang tinapay mula sa oven at hayaang lumamig sa wire rack bago hiwain.

12. Pão De Alfarroba

MGA INGREDIENTS:
- 4 tasa ng harina ng tinapay
- 1 pakete (2 ¼ kutsarita) aktibong dry yeast
- 1 kutsarita ng asukal
- 1 kutsarita ng asin
- 2 kutsarang carob powder
- 2 kutsarang langis ng oliba
- 1 ½ tasa ng maligamgam na tubig

MGA TAGUBILIN:

a) Sa isang maliit na mangkok, i-dissolve ang lebadura at asukal sa maligamgam na tubig. Hayaang umupo ng 5 minuto hanggang mabula.

b) Sa isang malaking mixing bowl, pagsamahin ang bread flour, asin, at carob powder.

c) Ibuhos ang yeast mixture at olive oil sa pinaghalong harina at haluing mabuti para makabuo ng malagkit na masa.

d) Ilipat ang kuwarta sa isang bahagyang floured surface at masahin ng mga 10 minuto hanggang makinis at elastic. Maaaring kailanganin mong magdagdag ng kaunti pang harina kung ang masa ay masyadong malagkit.

e) Ilagay ang kuwarta sa isang mangkok na may mantika, takpan ito ng malinis na tuwalya sa kusina, at hayaan itong tumaas sa isang mainit na lugar nang mga 1 oras o hanggang sa doble ang laki.

f) Painitin muna ang oven sa 400°F (200°C).

g) Push down ang kuwarta at hugis ito sa isang bilog na tinapay o nais na hugis.

h) Ilagay ang tinapay sa isang baking sheet na nilagyan ng parchment paper.

i) Hayaang magpahinga ang kuwarta para sa karagdagang 15 minuto.

j) I-bake ang tinapay sa preheated oven nang mga 25-30 minuto o hanggang ang crust ay maging golden brown at ang tinapay ay parang guwang kapag tinapik sa ilalim.

k) Alisin ang tinapay mula sa oven at hayaang lumamig sa wire rack bago hiwain.

13.Pão De Rio Maior

MGA INGREDIENTS:
- 4 tasa ng harina ng tinapay
- 1 pakete (2 ¼ kutsarita) aktibong dry yeast
- 1 kutsarita ng asukal
- 1 kutsarita ng asin
- 2 tasang mainit na tubig

MGA TAGUBILIN:

a) Sa isang maliit na mangkok, i-dissolve ang lebadura at asukal sa maligamgam na tubig. Hayaang umupo ng 5 minuto hanggang mabula.

b) Sa isang malaking mangkok ng paghahalo, pagsamahin ang harina ng tinapay at asin.

c) Ibuhos ang yeast mixture sa pinaghalong harina at haluing mabuti para makabuo ng malagkit na masa.

d) Ilipat ang kuwarta sa isang bahagyang floured surface at masahin ng mga 10 minuto hanggang makinis at elastic. Maaaring kailanganin mong magdagdag ng kaunti pang harina kung ang masa ay masyadong malagkit.

e) Ilagay ang kuwarta sa isang mangkok na may mantika, takpan ito ng malinis na tuwalya sa kusina, at hayaan itong tumaas sa isang mainit na lugar nang mga 1 oras o hanggang sa doble ang laki.

f) Painitin muna ang oven sa 450°F (230°C).

g) Push down ang kuwarta at hugis ito sa isang bilog o hugis-itlog na tinapay.

h) Ilagay ang tinapay sa isang baking sheet na nilagyan ng parchment paper.

i) Hayaang magpahinga ang kuwarta para sa karagdagang 15 minuto.

j) Puntahan ang tuktok ng tinapay gamit ang isang matalim na kutsilyo, na gumagawa ng mababaw na mga laslas.

k) Ihurno ang tinapay sa preheated oven sa loob ng mga 20-25 minuto o hanggang ang crust ay maging golden brown at ang tinapay ay parang guwang kapag tinapik sa ilalim.

l) Alisin ang tinapay sa oven at hayaang lumamig sa wire rack bago hiwain.

m) Tangkilikin ang iyong lutong bahay na Pão de Rio Maior bilang isang masarap na karagdagan sa iyong mga pagkain o bilang isang masarap na meryenda!

14. Pão De Centeio

MGA INGREDIENTS:
- 2 tasang harina ng rye
- 2 tasang harina ng tinapay
- 1 pakete (2 ¼ kutsarita) aktibong dry yeast
- 1 kutsarita ng asukal
- 1 kutsarita ng asin
- 1 ½ tasa ng maligamgam na tubig

MGA TAGUBILIN:

a) Sa isang maliit na mangkok, i-dissolve ang lebadura at asukal sa maligamgam na tubig. Hayaang umupo ng 5 minuto hanggang mabula.

b) Sa isang malaking mangkok ng paghahalo, pagsamahin ang harina ng rye, harina ng tinapay, at asin.

c) Ibuhos ang yeast mixture sa pinaghalong harina at haluing mabuti para makabuo ng malagkit na masa.

d) Ilipat ang kuwarta sa isang bahagyang floured surface at masahin ng mga 10 minuto hanggang makinis at elastic. Maaaring kailanganin mong magdagdag ng kaunti pang harina kung ang masa ay masyadong malagkit.

e) Ilagay ang kuwarta sa isang mangkok na may mantika, takpan ito ng malinis na tuwalya sa kusina, at hayaan itong tumaas sa isang mainit na lugar nang mga 1 oras o hanggang sa doble ang laki.

f) Painitin muna ang oven sa 400°F (200°C).

g) Push down ang kuwarta at hugis ito sa isang bilog o hugis-itlog na tinapay.

h) Ilagay ang tinapay sa isang baking sheet na nilagyan ng parchment paper.

i) Hayaang magpahinga ang kuwarta para sa karagdagang 15 minuto.

j) Puntahan ang tuktok ng tinapay gamit ang isang matalim na kutsilyo, na gumagawa ng mababaw na mga laslas.

k) Ihurno ang tinapay sa preheated oven sa loob ng mga 40-45 minuto o hanggang ang crust ay madilim na ginintuang kayumanggi at ang tinapay ay parang guwang kapag tinapik sa ilalim.

l) Alisin ang tinapay mula sa oven at hayaang lumamig sa wire rack bago hiwain.

15.Regueifa

MGA INGREDIENTS:
- 4 tasa ng harina ng tinapay
- 2 ¼ kutsarita ng aktibong dry yeast
- 1 kutsarita ng asukal
- 1 kutsarita ng asin
- 2 kutsarang langis ng oliba
- 1 ½ tasa ng maligamgam na tubig
- Coarse sugar o sesame seeds, para sa topping (opsyonal)

MGA TAGUBILIN:

a) Sa isang maliit na mangkok, i-dissolve ang lebadura at asukal sa maligamgam na tubig. Hayaang umupo ng 5 minuto hanggang mabula.

b) Sa isang malaking mangkok ng paghahalo, pagsamahin ang harina ng tinapay at asin.

c) Ibuhos ang yeast mixture at olive oil sa pinaghalong harina at haluing mabuti para makabuo ng malagkit na masa.

d) Ilipat ang kuwarta sa isang bahagyang floured surface at masahin ng mga 10 minuto hanggang makinis at elastic. Maaaring kailanganin mong magdagdag ng kaunti pang harina kung ang masa ay masyadong malagkit.

e) Ilagay ang kuwarta sa isang mangkok na may mantika, takpan ito ng malinis na tuwalya sa kusina, at hayaan itong tumaas sa isang mainit na lugar nang mga 1 oras o hanggang sa doble ang laki.

f) Painitin muna ang oven sa 400°F (200°C).

g) Punch down ang kuwarta at hatiin ito sa dalawang pantay na bahagi.

h) Kumuha ng isang bahagi ng kuwarta at hubugin ito sa isang mahaba at bilog na tinapay sa pamamagitan ng paggulong sa ibabaw ng bahagyang harina. Ulitin sa kabilang bahagi ng kuwarta.

i) Ilagay ang mga hugis na tinapay sa isang baking sheet na nilagyan ng parchment paper, na nag-iiwan ng ilang espasyo sa pagitan ng mga ito.

j) Takpan ang mga tinapay ng malinis na tuwalya sa kusina at hayaang tumaas ang mga ito ng isa pang 30-45 minuto hanggang sa dumoble ang laki nito.

k) Budburan ang magaspang na asukal o linga sa ibabaw para sa dagdag na lasa at palamuti.

l) Ihurno ang mga tinapay sa preheated oven sa loob ng mga 20-25 minuto o hanggang sa maging golden brown ang mga ito at parang guwang kapag tinapik sa ilalim.

m) Alisin ang mga tinapay mula sa oven at hayaang lumamig sa wire rack bago hiwain.

TINAPAY NG KASTILA

16. Pan Con Tomate

MGA INGREDIENTS:
- 1 sibuyas na bawang (minasa)
- 1 kutsarang asin
- 4 na katamtamang laki ng kamatis (gadgad para alisin ang balat at buto)
- 1 kutsarang langis ng oliba
- 1 tinapay ng hiniwang tinapay (walang lebadura o buong trigo)

MGA TAGUBILIN:

a) I-toast ang mga hiwa ng tinapay sa 250 °F hanggang ang bawat hiwa ay kayumanggi sa magkabilang panig.

b) Ibuhos ang langis ng oliba sa isang mangkok. Magdagdag ng asin sa mangkok. Haluin mabuti.

c) Ikalat ang mashed garlic juice sa toasted bread.

d) Ikalat ang gadgad na timpla ng kamatis sa tinapay.

e) Ikalat din ang pinaghalong mantika at asin sa tinapay.

f) Ihain kaagad

17. Pan Rustico

MGA INGREDIENTS:
- 2 ¾ tasa ng tubig
- 5 kutsarita ng aktibong dry yeast
- 7 tasang harina ng tinapay
- 1 kutsarang asin
- ¼ tasa ng langis ng oliba, mas mabuti ang extra virgin
- Cornmeal para sa pagwiwisik ng baking sheet

MGA TAGUBILIN:
a) Iwiwisik ang lebadura sa bahagyang mainit-init (95 degree) na tubig sa isang maliit na mangkok o tasa ng panukat. Haluin nang bahagya. Hayaang umupo ng 10 minuto.
b) Sukatin ang harina, at ilagay sa mangkok ng isang panghalo sa kusina na may nakakabit na dough hook. Kung gumagawa ng kamay, ilagay ang harina sa isang malaking mangkok ng paghahalo.
c) I-on ang mixer, magdagdag ng asin sa harina, at hayaang maghalo. Dahan-dahang ibuhos ang langis ng oliba sa harina habang tumatakbo ang panghalo. Kung gumagawa sa pamamagitan ng kamay, gumamit ng whisk.
d) Dahan-dahang ibuhos ang lebadura at pinaghalong tubig. Hayaang mamasa ang kuwarta gamit ang makina sa loob ng 4 na minuto.
e) Kung gumagawa sa pamamagitan ng kamay, pagsamahin ang harina na may lebadura at pinaghalong tubig gamit ang isang kahoy na kutsara, pagkatapos ay i-on ang kuwarta sa ibabaw ng harina at masahin ng 5 minuto.
f) Pagkatapos ng pagmamasa, dapat kang magkaroon ng isang makinis, mabulaklak na kuwarta na bahagyang bumabalik kapag pinindot ng iyong daliri. Suriin ang texture ng kuwarta sa panahon ng proseso ng pagmamasa. Kung ang masa ay malagkit, magdagdag ng hanggang ½ tasa ng karagdagang harina.
g) Takpan ang kuwarta sa mangkok gamit ang waxed paper na na-spray ng cooking spray, pagkatapos ay gamit ang kitchen towel. Hayaang tumaas ng 1 oras o hanggang dumoble.
h) Masahin ang tumaas na masa sa pamamagitan ng kamay sa ibabaw ng harina nang halos isang minuto upang maalis ang hangin.

Buuin ang kuwarta sa 2 magkaparehong laki ng mga bola, at ilagay sa isang 15-pulgadang baking sheet na sinabuyan ng mais.

i) Takpan muli ang mga tinapay gamit ang waxed paper at isang kitchen towel, at hayaang tumaas muli sa loob ng 20-25 minuto o hanggang dumoble. Samantala, painitin muna ang oven sa 425 degrees.

j) I-bake ang mga tinapay sa loob ng 23-25 minuto o hanggang sa mag-brown. Maghurno ng 5 minuto para sa isang crisper crust.

18.Pan De Payés

MGA INGREDIENTS:
- 4 tasa ng harina ng tinapay
- 1 ½ kutsarita ng asin
- 2 kutsarita ng aktibong dry yeast
- 2 tasang mainit na tubig

MGA TAGUBILIN:

a) Sa isang malaking mangkok ng paghahalo, pagsamahin ang harina ng tinapay at asin.

b) Sa isang hiwalay na maliit na mangkok, i-dissolve ang lebadura sa maligamgam na tubig at hayaan itong umupo ng ilang minuto hanggang sa maging mabula.

c) Ibuhos ang yeast mixture sa pinaghalong harina at haluin hanggang sa mabuo ang isang shaggy dough.

d) Ilipat ang kuwarta sa isang bahagyang tinadtad na ibabaw at masahin ng mga 10 minuto, o hanggang sa maging makinis at nababanat ang kuwarta.

e) Ibalik ang kuwarta sa mangkok ng paghahalo, takpan ng malinis na tuwalya sa kusina o plastic wrap, at hayaan itong tumaas sa isang mainit na lugar sa loob ng mga 1-2 oras, o hanggang dumoble ito sa laki.

f) Kapag ang kuwarta ay tumaas, dahan-dahang suntukin ito upang palabasin ang anumang mga bula ng hangin. Hugis ang kuwarta sa isang bilog o hugis-itlog na tinapay.

g) Ilagay ang hugis na kuwarta sa isang baking sheet na nilagyan ng parchment paper o isang greased baking dish. Takpan ito ng isang tuwalya sa kusina at hayaan itong tumaas muli ng halos 1 oras, o hanggang sa bahagyang lumaki ang laki nito.

h) Painitin muna ang oven sa 450°F (230°C).

i) Bago mag-bake, bahagyang lagyan ng harina ang tuktok ng kuwarta at gumawa ng ilang mga hiwa sa ibabaw gamit ang isang matalim na kutsilyo.

j) Ihurno ang tinapay sa preheated oven sa loob ng mga 25-30 minuto, o hanggang ang crust ay maging golden brown at ang tinapay ay parang guwang kapag tinapik sa ilalim.

k) Alisin ang tinapay mula sa oven at hayaang lumamig sa wire rack bago hiwain at ihain.

19. Pan Gallego

MGA INGREDIENTS:
PARA SA LEVAIN Build
- 3½ kutsarita na mature starter
- 3½ kutsarita ng harina ng tinapay
- 1¾ kutsarita ng buong harina ng trigo
- 1¾ kutsarita ng buong harina ng rye
- 6 na kutsara + 2 kutsarita ng maligamgam na tubig (100 degrees F)

FINAL DOUGH
- 3¼ tasa ng harina ng tinapay
- 4½ kutsarang buong harina ng rye
- 1¾ tasa ng tubig, temperatura ng silid
- 7 kutsara + 1 kutsarita ng levain
- 2 kutsarita ng asin

MGA TAGUBILIN:
PARA MAGBUO NG LEVAIN

a) Pagsamahin ang mga sangkap ng levain sa isang medium na mangkok. Haluin, takpan ng plastic wrap, at hayaang magpahinga sa temperatura ng silid sa loob ng apat na oras.

b) Gamitin kaagad o ilagay ang levain sa refrigerator nang hanggang 12 oras para magamit sa susunod na araw.

PARA GAWIN ANG FINAL DOUGH

c) Paghaluin ang mga harina at 325 gramo ng tubig. Magdagdag ng 50 gramo pa ng tubig at ihalo, takpan, at itabi upang magpahinga ng 45 minuto.

d) Idagdag ang levain at 25 gramo pang tubig, at pukawin upang pagsamahin. Takpan at hayaang umupo ng 1 oras.

e) Idagdag ang asin at 25 gramo ng tubig sa kuwarta at gamitin ang iyong mga daliri upang kurutin at pisilin ang asin sa kuwarta upang matunaw.

f) Kapag natunaw na ang asin, iunat at tiklupin ang kuwarta ng ilang beses. Takpan at hayaang magpahinga ng 30 minuto.

g) Iunat at tiklupin muli ang kuwarta. Takpan at hayaang tumaas ang bulk sa loob ng apat na oras.

h) Hugis ang kuwarta sa isang boule at hayaan itong umupo ng 15 minuto. Higpitan ang tinapay at ilagay ito sa isang banneton na nilagyan ng tuwalya, tahiin ang gilid, at takpan ng may langis na plastic wrap.
i) Patunayan ang tinapay sa temperatura ng silid sa loob ng 2 hanggang 3 oras.
j) Ilipat ang tinapay sa refrigerator at patunayan ng 8 hanggang 10 pang oras.
k) Alisin ang tinapay mula sa refrigerator.
l) Hayaang dumating ang tinapay sa temperatura ng silid, mga 2 oras.
m) Painitin ang oven sa 475 degrees F na may Dutch oven sa gitnang rack.
n) Ilabas ang kuwarta sa isang piraso ng parchment paper, tahiin pababa. Kunin ang tuktok ng kuwarta gamit ang iyong kamay at hilahin ito hanggang sa abot ng iyong makakaya. I-twist ito at gawin itong buhol. Hayaang tumira ito pabalik sa tuktok ng kuwarta.
o) Gamit ang isang matalim na kutsilyo, dahan-dahang gupitin ang apat na pantay na espasyo na patayo na mga hiwa sa kuwarta upang bigyan ito ng ilang puwang na lumawak.
p) Iangat ang kuwarta gamit ang parchment paper sa preheated Dutch oven, Takpan, at ilagay ang tinapay sa oven. Maghurno ng 15 minuto. Bawasan ang oven sa 425 degrees F.
q) Alisin ang takip at tapusin ang pagluluto para sa karagdagang 15 hanggang 20 minuto, hanggang ang tinapay ay umabot sa panloob na temperatura na 205 degrees F.
r) Palamig nang lubusan sa isang wire rack.

20.Pan Cubano

MGA INGREDIENTS:
- 3 pakete aktibong dry yeast cornmeal
- 4 kutsarita ng brown sugar
- 2 tasang tubig
- ¾ tasa ng mainit na tubig
- 5 -6 tasa ng harina ng tinapay, hinati
- 1 kutsarang asin

MGA TAGUBILIN:

a) Kumuha ng isang mangkok ng paghahalo: Haluin dito ang lebadura, brown sugar at maligamgam na tubig. Hayaang umupo ito ng 11 min.

b) Idagdag ang asin na may 3 hanggang 4 na tasa ng harina. Pagsamahin ang mga ito hanggang sa makakuha ka ng malambot na kuwarta.

c) Ilagay ang kuwarta sa ibabaw ng floured. Masahin ito ng 9 hanggang 11 min.

d) Grasa ang isang mangkok at ilagay sa loob nito ang kuwarta. Takpan ito ng plastic wrap. Hayaang magpahinga ng 46 min sa loob ng 1 oras.

e) Kapag natapos na ang oras, masahin ang kuwarta sa loob ng 2 min. Hugis ito sa 2 tinapay.

f) Magwiwisik ng kaunting cornmeal sa isang baking tray. Ilagay sa loob nito ang mga tinapay at takpan ito ng tuwalya sa kusina.

g) Hayaang umupo sila ng 11 min. Gumamit ng pizza cutter sa isang kutsilyo upang makagawa ng dalawang laslas sa tuktok ng bawat tinapay.

h) Bago ka gumawa ng anuman, painitin muna ang oven sa 400 F.

i) Ilagay ang kawali ng tinapay sa oven. Hayaang magluto ng 32 hanggang 36 min hanggang sa maging golden brown.

j) Hayaang lumamig nang lubusan ang mga tinapay. Paglingkuran sila ng kahit anong gusto mo.

k) Enjoy.

21.Pan De Alfacar

MGA INGREDIENTS:
- 4 na tasang all-purpose na harina
- ½ tasa ng butil na asukal
- 2 kutsarang sariwang lebadura
- 1 tasang mainit na tubig
- ½ tasa ng langis ng oliba
- 1 kutsarita ng asin
- Sarap ng 1 lemon
- Powdered sugar, para sa pag-aalis ng alikabok

MGA TAGUBILIN:

a) Sa isang maliit na mangkok, i-dissolve ang lebadura sa maligamgam na tubig at hayaan itong umupo ng mga 5 minuto hanggang sa maging mabula.

b) Sa isang malaking mangkok ng paghahalo, pagsamahin ang harina, asukal, asin, at lemon zest. Gumawa ng balon sa gitna at ibuhos ang yeast mixture at olive oil.

c) Paghaluin ang mga sangkap hanggang sa mabuo ang isang masa. Maaari kang gumamit ng kahoy na kutsara o ang iyong mga kamay upang masahin ang kuwarta. Kung ang kuwarta ay nararamdamang masyadong tuyo, magdagdag ng kaunting mainit na tubig, isang kutsara sa isang pagkakataon, hanggang sa ito ay magsama-sama.

d) Ilipat ang kuwarta sa isang malinis na ibabaw na may bahagyang harina at masahin ito ng mga 10 minuto hanggang sa maging makinis at nababanat.

e) Ilagay ang kuwarta sa isang mangkok na may mantika at takpan ito ng malinis na kitchen towel o plastic wrap. Hayaang tumaas ang kuwarta sa isang mainit na lugar sa loob ng mga 1 hanggang 2 oras hanggang sa dumoble ito sa laki.

f) Painitin muna ang iyong oven sa 180°C (350°F). Magpahid ng baking sheet o lagyan ng parchment paper.

g) Kapag ang kuwarta ay tumaas, suntukin ito upang palabasin ang anumang mga bula ng hangin. Ilipat ang kuwarta sa inihandang baking sheet at hubugin ito sa isang bilog na tinapay.

h) Takpan ang tinapay gamit ang isang tuwalya sa kusina at hayaan itong tumaas ng isa pang 30 minuto.

i) Ihurno ang Pan de Alfacar sa preheated oven sa loob ng mga 30 hanggang 35 minuto o hanggang sa ito ay maging ginintuang kayumanggi at parang guwang kapag tinapik sa ilalim.

j) Alisin ang tinapay mula sa oven at hayaang lumamig sa wire rack.

k) Kapag lumamig na ang Pan de Alfacar, lagyan ng powdered sugar ito nang husto bago ihain.

22. Pan Cateto

MGA INGREDIENTS:
- 4 na tasa ng buong harina ng trigo
- 2 kutsarita ng asin
- 1 ¼ tasa ng tubig
- 1 kutsarang sariwang lebadura

MGA TAGUBILIN:

a) Sa isang malaking mangkok ng paghahalo, pagsamahin ang buong harina ng trigo at asin.

b) Sa isang hiwalay na maliit na mangkok, i-dissolve ang lebadura sa maligamgam na tubig at hayaan itong umupo ng mga 5 minuto hanggang sa maging mabula.

c) Gumawa ng balon sa gitna ng pinaghalong harina at ibuhos ang lebadura.

d) Paghaluin ang mga sangkap hanggang sa mabuo ang isang magaspang na masa.

e) Ilipat ang kuwarta sa isang malinis na ibabaw na may bahagyang harina at masahin ito ng mga 10 minuto hanggang sa maging makinis at nababanat. Maaaring kailanganin mong magdagdag ng higit pang harina kung ang masa ay masyadong malagkit.

f) Ilagay ang kuwarta sa isang mangkok na may mantika at takpan ito ng malinis na kitchen towel o plastic wrap. Hayaang tumaas ang kuwarta sa isang mainit na lugar sa loob ng mga 1 hanggang 2 oras hanggang sa dumoble ito sa laki.

g) Painitin muna ang iyong oven sa 220°C (425°F). Kung mayroon kang baking stone o baking sheet, ilagay ito sa oven para uminit din.

h) Kapag ang kuwarta ay tumaas, suntukin ito upang palabasin ang anumang mga bula ng hangin. Hugis ang kuwarta sa isang bilog o hugis-itlog na tinapay, at ilagay ito sa isang baking sheet na nilagyan ng parchment paper o sa preheated baking stone.

i) Hiwain ang tuktok ng kuwarta gamit ang isang matalim na kutsilyo upang lumikha ng mga pandekorasyon na pattern o upang matulungan ang tinapay na lumawak habang nagluluto.

j) Ihurno ang pan cateto sa preheated oven sa loob ng mga 30 hanggang 40 minuto o hanggang sa magkaroon ito ng golden brown na crust at parang guwang kapag tinapik sa ilalim.

k) Alisin ang tinapay mula sa oven at hayaang lumamig sa wire rack bago hiwain at ihain.

23.Pan De Cruz

MGA INGREDIENTS:
- 4 tasa ng harina ng tinapay
- 2 kutsarita ng asin
- 2 kutsarita ng butil na asukal
- 2 ¼ kutsarita ng aktibong dry yeast
- 1 ⅓ tasa ng maligamgam na tubig
- Langis ng oliba, para sa pagpapadulas
- Opsyonal: sesame seeds o coarse salt para sa pagwiwisik

MGA TAGUBILIN:

a) Sa isang maliit na mangkok, i-dissolve ang asukal at lebadura sa maligamgam na tubig. Hayaang umupo ito ng mga 5 minuto hanggang sa maging mabula.

b) Sa isang malaking mangkok ng paghahalo, pagsamahin ang harina ng tinapay at asin. Gumawa ng balon sa gitna at ibuhos ang lebadura.

c) Paghaluin ang mga sangkap hanggang sa mabuo ang isang masa. Ilipat ang kuwarta sa isang malinis na ibabaw na may bahagyang harina at masahin ito ng mga 10 minuto hanggang sa maging makinis at nababanat. Magdagdag ng higit pang harina kung kinakailangan upang maiwasan ang pagdikit.

d) Ilagay ang kuwarta sa isang mangkok na may mantika at takpan ito ng malinis na kitchen towel o plastic wrap. Hayaang tumaas ang kuwarta sa isang mainit na lugar sa loob ng mga 1 hanggang 2 oras hanggang sa dumoble ito sa laki.

e) Painitin muna ang iyong oven sa 220°C (425°F). Kung mayroon kang baking stone o baking sheet, ilagay ito sa oven para uminit din.

f) Kapag ang kuwarta ay tumaas, suntukin ito upang palabasin ang anumang mga bula ng hangin. Ilipat ang kuwarta sa isang bahagyang tinadtad na ibabaw at hubugin ito sa isang bilog o hugis-itlog na tinapay.

g) Gumamit ng isang matalim na kutsilyo o isang pangkaskas ng kuwarta upang makagawa ng dalawang malalim, intersecting na mga hiwa sa tuktok ng tinapay upang bumuo ng isang hugis na krus.

h) Opsyonal: Budburan ng sesame seed o magaspang na asin sa ibabaw ng tinapay para sa dagdag na lasa at dekorasyon.

i) Ilipat ang hugis na tinapay sa preheated baking stone o baking sheet.

j) Ihurno ang pan de cruz sa preheated oven sa loob ng mga 25 hanggang 30 minuto o hanggang sa magkaroon ito ng golden brown na crust at parang guwang kapag tinapik sa ilalim.

k) Alisin ang tinapay mula sa oven at hayaang lumamig sa wire rack bago hiwain at ihain.

24. Pataqueta

MGA INGREDIENTS:
- 4 tasa ng harina ng tinapay
- 2 kutsarita ng asin
- 2 kutsarita ng butil na asukal
- 2 ¼ kutsarita ng aktibong dry yeast
- 1 ⅓ tasa ng maligamgam na tubig
- Langis ng oliba, para sa pagpapadulas
- Opsyonal: sesame seeds o coarse salt para sa pagwiwisik

MGA TAGUBILIN:

a) Sa isang maliit na mangkok, i-dissolve ang asukal at lebadura sa maligamgam na tubig. Hayaang umupo ito ng mga 5 minuto hanggang sa maging mabula.

b) Sa isang malaking mangkok ng paghahalo, pagsamahin ang harina ng tinapay at asin. Gumawa ng balon sa gitna at ibuhos ang lebadura.

c) Paghaluin ang mga sangkap hanggang sa mabuo ang isang masa. Ilipat ang kuwarta sa isang malinis na ibabaw na may bahagyang harina at masahin ito ng mga 10 minuto hanggang sa maging makinis at nababanat. Magdagdag ng higit pang harina kung kinakailangan upang maiwasan ang pagdikit.

d) Ilagay ang kuwarta sa isang mangkok na may mantika at takpan ito ng malinis na kitchen towel o plastic wrap. Hayaang tumaas ang kuwarta sa isang mainit na lugar sa loob ng mga 1 hanggang 2 oras hanggang sa dumoble ito sa laki.

e) Painitin muna ang iyong oven sa 220°C (425°F). Kung mayroon kang baking stone o baking sheet, ilagay ito sa oven para uminit din.

f) Kapag ang kuwarta ay tumaas, suntukin ito upang palabasin ang anumang mga bula ng hangin. Hatiin ang kuwarta sa maliliit na bahagi, halos kasing laki ng bola ng tennis.

g) Hugasan ang bawat bahagi ng kuwarta sa isang bilog o hugis-itlog na hugis, at ilagay ang mga ito sa isang baking sheet na nilagyan ng parchment paper.

h) Opsyonal: I-brush ang tuktok ng pataquetas ng tubig at budburan ng sesame seeds o coarse salt para sa dagdag na lasa at dekorasyon.

i) Hayaang tumaas ang mga hugis na rolyo para sa karagdagang 15 hanggang 20 minuto.

j) Ihurno ang pataquetas sa preheated oven sa loob ng mga 15 hanggang 20 minuto o hanggang maging golden brown ang mga ito.

k) Alisin ang mga rolyo mula sa oven at hayaang lumamig nang bahagya bago ihain.

25. Telera

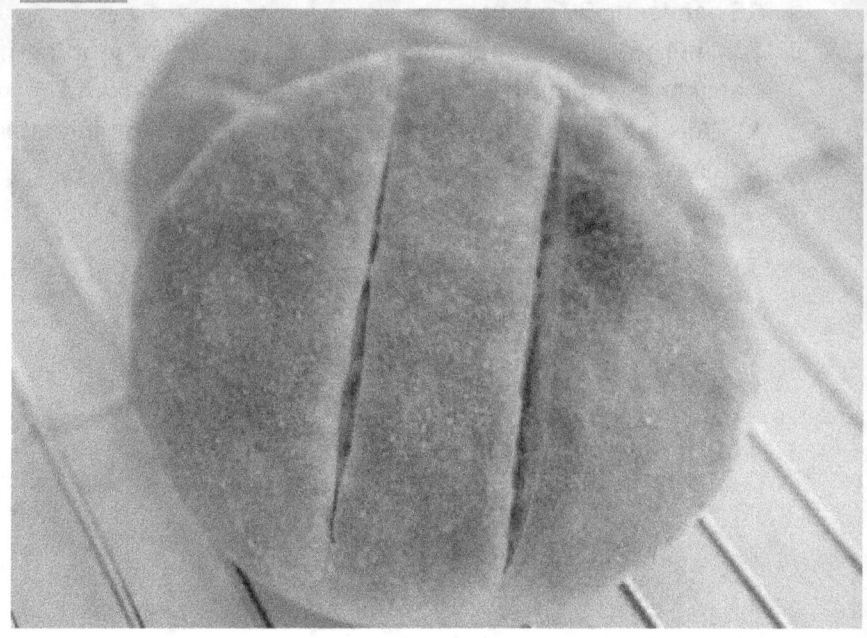

MGA INGREDIENTS:
- 4 tasa ng harina ng tinapay
- 2 kutsarita ng asin
- 2 kutsarita ng butil na asukal
- 2 ¼ kutsarita ng aktibong dry yeast
- 1 ⅓ tasa ng maligamgam na tubig
- 2 kutsarang langis ng gulay
- Opsyonal: cornmeal o semolina na harina para sa pag-aalis ng alikabok

MGA TAGUBILIN:

a) Sa isang maliit na mangkok, i-dissolve ang asukal at lebadura sa maligamgam na tubig. Hayaang umupo ito ng mga 5 minuto hanggang sa maging mabula.

b) Sa isang malaking mangkok ng paghahalo, pagsamahin ang harina ng tinapay at asin. Gumawa ng isang balon sa gitna at ibuhos ang lebadura na halo at langis ng gulay.

c) Paghaluin ang mga sangkap hanggang sa mabuo ang isang masa. Ilipat ang kuwarta sa isang malinis na ibabaw na may bahagyang harina at masahin ito ng mga 10 minuto hanggang sa maging makinis at nababanat. Magdagdag ng higit pang harina kung kinakailangan upang maiwasan ang pagdikit.

d) Ilagay ang kuwarta sa isang mangkok na may mantika at takpan ito ng malinis na kitchen towel o plastic wrap. Hayaang tumaas ang kuwarta sa isang mainit na lugar sa loob ng mga 1 hanggang 2 oras hanggang sa dumoble ito sa laki.

e) Painitin muna ang iyong oven sa 220°C (425°F). Kung mayroon kang baking stone o baking sheet, ilagay ito sa oven para uminit din.

f) Kapag ang kuwarta ay tumaas, suntukin ito upang palabasin ang anumang mga bula ng hangin. Ilipat ang kuwarta sa isang bahagyang tinadtad na ibabaw at hubugin ito sa isang pahaba o hugis-itlog na tinapay.

g) Ilagay ang hugis na kuwarta sa isang baking sheet na nilagyan ng parchment paper. Kung ninanais, magwiwisik ng kaunting cornmeal o semolina na harina sa parchment paper upang maiwasan ang pagdikit at magdagdag ng rustic texture sa crust.

h) Takpan ang hugis na kuwarta gamit ang malinis na kitchen towel at hayaang tumaas ito ng karagdagang 15 hanggang 20 minuto.

i) Ihurno ang tinapay ng telera sa preheated oven sa loob ng mga 15 hanggang 20 minuto o hanggang sa ito ay maging ginintuang kayumanggi at tumutunog na guwang kapag tinapik sa ilalim.

j) Alisin ang tinapay mula sa oven at hayaan itong lumamig sa wire rack bago hiwain at gamitin para sa mga sandwich.

26.Llonguet

MGA INGREDIENTS:
- 4 tasa ng harina ng tinapay
- 2 kutsarita ng asin
- 2 kutsarita ng butil na asukal
- 2 ¼ kutsarita ng aktibong dry yeast
- 1 ⅓ tasa ng maligamgam na tubig
- 2 kutsarang langis ng oliba
- Opsyonal: sesame seeds o coarse salt para sa topping

MGA TAGUBILIN:

a) Sa isang maliit na mangkok, i-dissolve ang asukal at lebadura sa maligamgam na tubig. Hayaang umupo ito ng mga 5 minuto hanggang sa maging mabula.

b) Sa isang malaking mangkok ng paghahalo, pagsamahin ang harina ng tinapay at asin. Gumawa ng balon sa gitna at ibuhos ang yeast mixture at olive oil.

c) Paghaluin ang mga sangkap hanggang sa mabuo ang isang masa. Ilipat ang kuwarta sa isang malinis na ibabaw na may bahagyang harina at masahin ito ng mga 10 minuto hanggang sa maging makinis at nababanat. Magdagdag ng higit pang harina kung kinakailangan upang maiwasan ang pagdikit.

d) Ilagay ang kuwarta sa isang mangkok na may mantika at takpan ito ng malinis na kitchen towel o plastic wrap. Hayaang tumaas ang kuwarta sa isang mainit na lugar sa loob ng mga 1 hanggang 2 oras hanggang sa dumoble ito sa laki.

e) Painitin muna ang iyong oven sa 220°C (425°F). Kung mayroon kang baking stone o baking sheet, ilagay ito sa oven para uminit din.

f) Kapag ang kuwarta ay tumaas, suntukin ito upang palabasin ang anumang mga bula ng hangin. Ilipat ang kuwarta sa isang bahagyang pinakuluang ibabaw at hatiin ito sa mas maliliit na bahagi, halos kasing laki ng bola ng tennis.

g) Hugis ang bawat bahagi ng kuwarta sa isang pahaba o hugis-itlog na hugis, na kahawig ng isang maliit na baguette. Ilagay ang mga hugis na llonguet sa isang baking sheet na nilagyan ng parchment paper, na nag-iiwan ng kaunting espasyo sa pagitan ng mga ito.

h) Opsyonal: I-brush ang tuktok ng mga llonguet ng tubig at budburan ng sesame seed o coarse salt sa ibabaw para sa dagdag na lasa at dekorasyon.

i) Hayaang tumaas ang mga hugis na llonguet para sa karagdagang 15 hanggang 20 minuto.

j) Ihurno ang mga llonguet sa preheated oven sa loob ng mga 15 hanggang 20 minuto o hanggang sa maging golden brown ang mga ito at magkaroon ng bahagyang crispy crust.

k) Alisin ang mga llonguet sa oven at hayaang lumamig sa wire rack bago gamitin ang mga ito para sa mga sandwich o i-enjoy ang mga ito nang mag-isa.

27. B oroña

MGA INGREDIENTS:
- 4 tasa ng harina ng tinapay
- 2 kutsarita ng asin
- 2 kutsarita ng butil na asukal
- 2 ¼ kutsarita ng aktibong dry yeast
- 1 ⅓ tasa ng maligamgam na tubig
- 2 kutsarang langis ng oliba
- Cornmeal o semolina na harina para sa pag-aalis ng alikabok

MGA TAGUBILIN:

a) Sa isang maliit na mangkok, i-dissolve ang asukal at lebadura sa maligamgam na tubig. Hayaang umupo ito ng mga 5 minuto hanggang sa maging mabula.

b) Sa isang malaking mangkok ng paghahalo, pagsamahin ang harina ng tinapay at asin. Gumawa ng balon sa gitna at ibuhos ang yeast mixture at olive oil.

c) Paghaluin ang mga sangkap hanggang sa mabuo ang isang masa. Ilipat ang kuwarta sa isang malinis na ibabaw na may bahagyang harina at masahin ito ng mga 10 minuto hanggang sa maging makinis at nababanat. Magdagdag ng higit pang harina kung kinakailangan upang maiwasan ang pagdikit.

d) Ilagay ang kuwarta sa isang mangkok na may mantika at takpan ito ng malinis na kitchen towel o plastic wrap. Hayaang tumaas ang kuwarta sa isang mainit na lugar sa loob ng mga 1 hanggang 2 oras hanggang sa dumoble ito sa laki.

e) Painitin muna ang iyong oven sa 220°C (425°F). Kung mayroon kang baking stone o baking sheet, ilagay ito sa oven para uminit din.

f) Kapag ang kuwarta ay tumaas, suntukin ito upang palabasin ang anumang mga bula ng hangin. Ilipat ang kuwarta sa isang bahagyang tinadtad na ibabaw at hubugin ito sa isang bilog o hugis-itlog na tinapay.

g) Ilagay ang hugis na kuwarta sa isang baking sheet na nilagyan ng parchment paper. Alikabok ang tuktok ng tinapay ng cornmeal o semolina na harina.

h) Takpan ang kuwarta gamit ang isang malinis na tuwalya sa kusina at hayaang tumaas ito ng karagdagang 15 hanggang 20 minuto.

i) Gamit ang isang matalim na kutsilyo, gumawa ng mga laslas o hiwa sa tuktok ng tinapay upang lumikha ng isang pandekorasyon na pattern.

j) Ihurno ang boroña bread sa preheated oven sa loob ng mga 30 hanggang 35 minuto o hanggang ito ay maging golden brown at magkaroon ng matibay na crust.

k) Alisin ang tinapay mula sa oven at hayaang lumamig sa wire rack bago hiwain at ihain.

28. Pistola

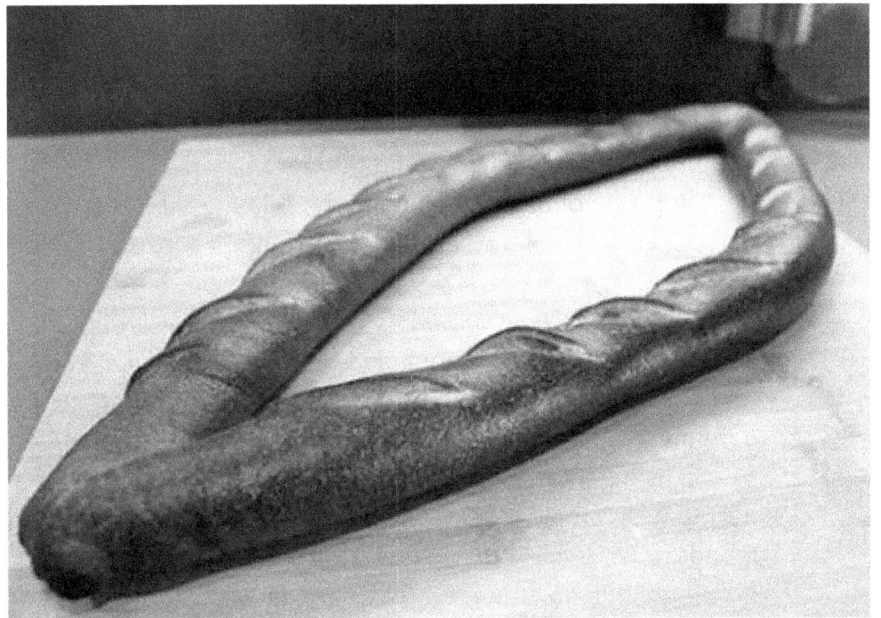

MGA INGREDIENTS:
- 4 tasa ng harina ng tinapay
- 2 kutsarita ng asin
- 2 kutsarita ng butil na asukal
- 2 ¼ kutsarita ng aktibong dry yeast
- 1 ⅓ tasa ng maligamgam na tubig
- Langis ng oliba, para sa pagpapadulas
- Opsyonal: sesame seeds o poppy seeds para sa topping

MGA TAGUBILIN:

a) Sa isang maliit na mangkok, i-dissolve ang asukal at lebadura sa maligamgam na tubig. Hayaang umupo ito ng mga 5 minuto hanggang sa maging mabula.

b) Sa isang malaking mangkok ng paghahalo, pagsamahin ang harina ng tinapay at asin. Gumawa ng balon sa gitna at ibuhos ang lebadura.

c) Paghaluin ang mga sangkap hanggang sa mabuo ang isang masa. Ilipat ang kuwarta sa isang malinis na ibabaw na may bahagyang harina at masahin ito ng mga 10 minuto hanggang sa maging makinis at nababanat. Magdagdag ng higit pang harina kung kinakailangan upang maiwasan ang pagdikit.

d) Ilagay ang kuwarta sa isang mangkok na may mantika at takpan ito ng malinis na kitchen towel o plastic wrap. Hayaang tumaas ang kuwarta sa isang mainit na lugar sa loob ng mga 1 hanggang 2 oras hanggang sa dumoble ito sa laki.

e) Painitin muna ang iyong oven sa 220°C (425°F). Kung mayroon kang baking stone o baking sheet, ilagay ito sa oven para uminit din.

f) Kapag ang kuwarta ay tumaas, suntukin ito upang palabasin ang anumang mga bula ng hangin. Ilipat ang kuwarta sa isang bahagyang floured na ibabaw at hatiin ito sa mas maliliit na bahagi, halos kasing laki ng isang malaking roll.

g) Hugis ang bawat bahagi ng kuwarta sa isang pinahabang roll, na kahawig ng isang mini baguette o hugis ng pistol. Ilagay ang hugis na pistola roll sa isang baking sheet na nilagyan ng parchment paper.

h) Opsyonal: I-brush ng tubig ang tuktok ng pistola roll at budburan ng sesame seed o poppy seeds sa ibabaw para sa dagdag na lasa at dekorasyon.

i) Hayaang tumaas ang mga hugis na rolyo para sa karagdagang 15 hanggang 20 minuto.

j) Ihurno ang mga pistola roll sa preheated oven sa loob ng mga 15 hanggang 20 minuto o hanggang maging golden brown ang mga ito at magkaroon ng bahagyang crispy crust.

k) Alisin ang mga rolyo mula sa oven at hayaang lumamig sa wire rack bago ihain.

29. Regañao

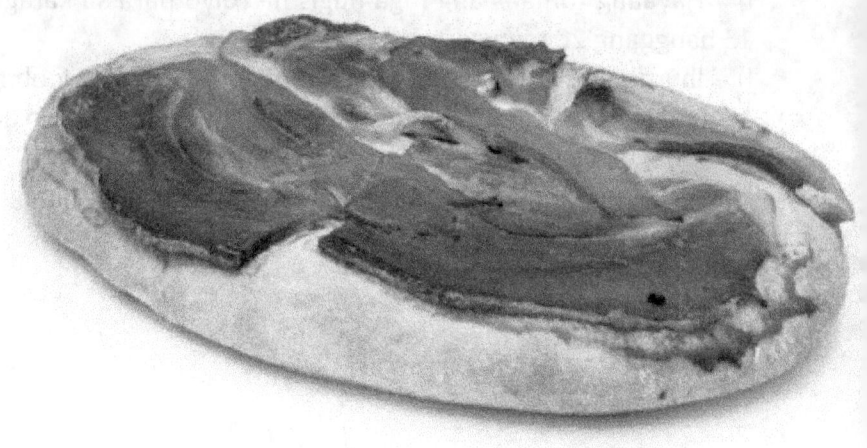

MGA INGREDIENTS:
- 2 tasang all-purpose na harina
- 1 kutsarita ng asin
- 1 kutsarita ng paprika (opsyonal, para sa lasa)
- ½ tasang mainit na tubig
- 2 kutsarang langis ng oliba
- Magaspang na asin para sa pagwiwisik

TOPPING
- Serrano ham slices(Opsyonal)

MGA TAGUBILIN:

a) Sa isang mangkok ng paghahalo, pagsamahin ang harina, asin, at paprika (kung ginagamit). Haluing mabuti upang pantay-pantay na ipamahagi ang mga sangkap.

b) Gumawa ng isang balon sa gitna ng mga tuyong sangkap at ibuhos ang maligamgam na tubig at langis ng oliba.

c) Haluin ang pinaghalong gamit ang isang kutsara o ang iyong mga kamay hanggang sa ito ay magsama-sama upang bumuo ng isang masa.

d) Ilipat ang kuwarta sa isang malinis na ibabaw na may bahagyang harina at masahin ito ng mga 5 minuto hanggang sa maging makinis at nababanat.

e) Hatiin ang kuwarta sa maliliit na bahagi at takpan ito ng malinis na tuwalya sa kusina. Hayaang magpahinga ang kuwarta ng mga 15-20 minuto para ma-relax ang gluten.

f) Painitin muna ang iyong oven sa 200°C (400°F).

g) Kumuha ng isang bahagi ng kuwarta at igulong ito nang manipis hangga't maaari, na naglalayong magkaroon ng kapal na humigit-kumulang 1-2 milimetro. Maaari kang gumamit ng rolling pin o ang iyong mga kamay upang patagin ang kuwarta.

h) Ilipat ang rolled-out dough sa isang baking sheet na nilagyan ng parchment paper. Ulitin ang proseso sa mga natitirang bahagi ng kuwarta, ilagay ang mga ito sa magkahiwalay na baking sheet o mag-iwan ng sapat na espasyo sa pagitan ng bawat regañao bread.

i) Magwiwisik ng magaspang na asin sa ibabaw ng kuwarta, idiin ito nang bahagya upang matiyak na dumikit ito.

j) I-bake ang regañao bread sa preheated oven sa loob ng mga 8-10 minuto o hanggang sa ito ay maging golden brown at malutong. Pagmasdan itong mabuti dahil mabilis itong mag-over-brown.

k) Alisin ang mga baking sheet sa oven at hayaang ganap na lumamig ang regañao bread sa mga wire rack.

l) Kapag lumamig na, handa nang kainin ang regañao bread, na nilagyan ng ham.

30.Torta De Aranda

MGA INGREDIENTS:
- 4 tasa ng harina ng tinapay
- 300 mililitro ng maligamgam na tubig
- 10 gramo ng asin
- 10 gramo ng sariwang lebadura (o 5 gramo ng aktibong dry yeast)
- Langis ng oliba para sa pagpapadulas

MGA TAGUBILIN:

a) Sa isang malaking mangkok ng paghahalo, pagsamahin ang harina ng tinapay at asin.

b) I-dissolve ang sariwang lebadura sa maligamgam na tubig. Kung gumagamit ng aktibong dry yeast, i-dissolve ito sa isang bahagi ng maligamgam na tubig at hayaang mag-activate ito ng mga 5-10 minuto bago magpatuloy.

c) Gumawa ng balon sa gitna ng pinaghalong harina at ibuhos ang lebadura. Dahan-dahang isama ang harina sa likido, haluin gamit ang isang kahoy na kutsara o ang iyong mga kamay hanggang sa mabuo ang isang magaspang na masa.

d) Ilipat ang kuwarta sa ibabaw ng bahagyang harina at masahin ito ng mga 10-15 minuto, o hanggang sa maging makinis at nababanat. Magdagdag ng maliit na halaga ng harina kung ang masa ay masyadong malagkit.

e) Hugis ang kuwarta sa isang bilog na bola at ilagay ito pabalik sa mangkok ng paghahalo. Takpan ang mangkok ng malinis na tuwalya sa kusina at hayaang tumaas ang masa sa isang mainit na lugar sa loob ng mga 1-2 oras, o hanggang sa dumoble ito sa laki.

f) Painitin muna ang iyong oven sa 230°C (450°F).

g) Kapag ang kuwarta ay tumaas, dahan-dahang suntukin ito upang palabasin ang anumang mga bula ng hangin. I-out ito sa isang greased baking sheet o pizza stone.

h) Gamit ang iyong mga kamay, pindutin at patagin ang kuwarta sa hugis ng disc, mga 1-2 pulgada ang kapal. Gumawa ng ilang diagonal cut sa tuktok ng kuwarta upang lumikha ng isang pattern.

i) I-brush ang ibabaw ng kuwarta na may langis ng oliba.

j) Ilagay ang baking sheet o pizza stone na may masa sa preheated oven. Maghurno ng humigit-kumulang 20-25 minuto, o hanggang ang tinapay ay maging ginintuang kayumanggi at tunog guwang kapag tinapik sa ilalim.

k) Alisin ang Torta de Aranda sa oven at hayaang lumamig sa wire rack bago hiwain at ihain.

31. Txantxigorri

MGA INGREDIENTS:
- 4 tasa ng harina ng tinapay
- 2 ¼ kutsarita ng asin
- 1 kutsarang sariwang lebadura
- 1 ⅓ tasa ng maligamgam na tubig
- Cornmeal o semolina, para sa pag-aalis ng alikabok

MGA TAGUBILIN:

a) Sa isang malaking mangkok ng paghahalo, pagsamahin ang harina ng tinapay at asin.

b) I-dissolve ang sariwang lebadura sa maligamgam na tubig o, kung gumagamit ng aktibong dry yeast, i-activate ito ayon sa mga tagubilin sa pakete.

c) Gumawa ng balon sa gitna ng pinaghalong harina at ibuhos ang lebadura. Haluing mabuti hanggang sa magsimulang mabuo ang isang masa.

d) Ilipat ang kuwarta sa isang malinis na ibabaw na may bahagyang harina at masahin ito ng mga 10-15 minuto hanggang sa maging makinis at elastic. Bilang kahalili, maaari kang gumamit ng stand mixer na may dough hook attachment para sa pagmamasa.

e) Ilagay ang kuwarta sa isang mangkok na may mantika at takpan ito ng malinis na kitchen towel o plastic wrap. Hayaang tumaas ang kuwarta sa isang mainit na lugar sa loob ng mga 1 hanggang 2 oras hanggang sa dumoble ito sa laki.

f) Painitin muna ang iyong oven sa 220°C (425°F). Maglagay ng baking stone o baking sheet sa loob ng oven para uminit din.

g) Kapag ang kuwarta ay tumaas, suntukin ito upang palabasin ang anumang mga bula ng hangin. Hugis ang kuwarta sa isang bilog na tinapay at ilagay ito sa isang baking sheet na may alikabok ng cornmeal o semolina.

h) Gumamit ng matalim na kutsilyo o talim ng labaha upang gumawa ng mga pandekorasyon na laslas o marka sa ibabaw ng tinapay, gaya ng mga linyang dayagonal o pattern ng crosshatch. Nagbibigay ito sa Txantxigorri ng katangian nitong hitsura.

i) Ilipat ang tinapay sa preheated oven at maghurno ng mga 25-30 minuto, o hanggang sa maging golden brown ang crust at magmumukhang guwang kapag tinapik sa ilalim.

j) Alisin ang Txantxigorri sa oven at hayaang lumamig ito sa wire rack bago hiwain at ihain.

32. Pan De Semillas

MGA INGREDIENTS:
- 4 tasa ng harina ng tinapay
- 2 ¼ kutsarita ng aktibong dry yeast
- 1 kutsarita ng asukal
- 1 kutsarita ng asin
- 1 ¼ tasa ng maligamgam na tubig
- 2 kutsarang langis ng oliba
- Sari-saring buto (tulad ng sunflower seeds, pumpkin seeds, sesame seeds, flaxseeds, atbp.) para sa topping at paghahalo sa kuwarta

MGA TAGUBILIN:
a) Sa isang maliit na mangkok, i-dissolve ang asukal sa maligamgam na tubig. Iwiwisik ang lebadura sa tubig at hayaan itong umupo ng mga 5 minuto hanggang sa ito ay mabula.
b) Sa isang malaking mangkok ng paghahalo, pagsamahin ang harina ng tinapay at asin. Gumawa ng balon sa gitna at ibuhos ang yeast mixture at olive oil.
c) Paghaluin ang mga sangkap hanggang sa mabuo ang isang masa. Ilipat ang kuwarta sa ibabaw ng floured at masahin ito ng mga 10 minuto hanggang sa maging makinis at elastic. Magdagdag ng higit pang harina kung kinakailangan upang maiwasan ang pagdikit.
d) Ilagay ang kuwarta sa isang mangkok na may mantika, takpan ito ng malinis na tuwalya sa kusina, at hayaan itong tumaas sa isang mainit na lugar sa loob ng mga 1 hanggang 2 oras hanggang sa dumoble ang laki.
e) Painitin muna ang iyong oven sa 220°C (425°F).
f) Kapag ang kuwarta ay tumaas, suntukin ito upang palabasin ang anumang mga bula ng hangin. Ilipat ang kuwarta sa isang bahagyang natabunan ng harina at masahin ang sari-saring buto, tulad ng sunflower seeds, pumpkin seeds, sesame seeds, o flaxseeds. Magdagdag ng isang dakot o higit pang mga buto at isama ang mga ito nang pantay-pantay sa kuwarta.
g) Hugis ang kuwarta sa isang tinapay o hatiin ito sa mas maliliit na bahagi para sa mga indibidwal na rolyo.

h) Ilagay ang hugis na kuwarta sa isang baking sheet na may mantika o parchment-lined. Takpan ito ng tuwalya sa kusina at hayaang tumaas ng isa pang 30 minuto.

i) Opsyonal: I-brush ng tubig ang tuktok ng tinapay at iwiwisik ang mga karagdagang buto sa ibabaw para sa dekorasyon.

j) Ihurno ang tinapay sa preheated oven sa loob ng mga 30-35 minuto, o hanggang ang crust ay maging golden brown at ang tinapay ay parang guwang kapag tinapik sa ilalim.

k) Alisin ang tinapay mula sa oven at hayaang lumamig sa wire rack bago hiwain.

33.Oreja

MGA INGREDIENTS:
- 1 sheet ng puff pastry, lasaw (binili sa tindahan o gawang bahay)
- Granulated sugar, para sa pagwiwisik

MGA TAGUBILIN:

a) Painitin muna ang iyong oven sa temperaturang nakasaad sa puff pastry package o sa paligid ng 200°C (400°F).

b) I-roll out ang puff pastry sheet sa isang bahagyang floured surface upang bahagyang patagin.

c) Magwiwisik ng maraming butil na asukal sa buong ibabaw ng puff pastry sheet.

d) Simula sa isang gilid, mahigpit na igulong ang puff pastry sheet patungo sa gitna. Ulitin sa kabilang gilid, igulong din ito patungo sa gitna. Ang dalawang rolyo ay dapat magtagpo sa gitna.

e) Gamit ang isang matalim na kutsilyo, gupitin ang rolled puff pastry nang crosswise sa manipis na hiwa, mga ½ pulgada ang kapal.

f) Ilagay ang hiniwang puff pastry sa isang baking sheet na nilagyan ng parchment paper, na nag-iiwan ng kaunting espasyo sa pagitan ng bawat slice habang lumalawak ang mga ito habang nagluluto.

g) Dahan-dahang pindutin ang bawat hiwa gamit ang iyong palad upang bahagyang patagin ito.

h) Magwiwisik ng ilang karagdagang butil na asukal sa ibabaw ng bawat hiwa.

i) Ihurno ang orejas sa preheated oven para sa mga 12-15 minuto, o hanggang sa maging golden brown at malutong.

j) Alisin ang orejas mula sa oven at hayaang lumamig sa wire rack.

TINAPAY NG GREEK

34. Lagana

MGA INGREDIENTS:
- 4 na tasang all-purpose na harina
- 1 kutsarang aktibong dry yeast
- 1 kutsarita ng asukal
- 1 kutsarita ng asin
- 2 kutsarang langis ng oliba
- 1 ½ tasa ng maligamgam na tubig
- Sesame seeds para sa pagwiwisik

MGA TAGUBILIN:

a) Sa isang maliit na mangkok, i-dissolve ang asukal sa maligamgam na tubig. Iwiwisik ang lebadura sa ibabaw ng tubig at hayaan itong umupo ng mga 5 minuto, o hanggang mabula.

b) Sa isang malaking mangkok ng paghahalo, pagsamahin ang harina at asin. Gumawa ng isang balon sa gitna at ibuhos ang langis ng oliba at ang timpla ng lebadura. Paghaluin gamit ang isang kahoy na kutsara o ang iyong mga kamay hanggang sa magsimulang magsama ang kuwarta.

c) Ilipat ang kuwarta sa ibabaw ng harina at masahin ng mga 5-7 minuto, o hanggang sa maging makinis at nababanat ang kuwarta.

d) Ilagay ang kuwarta sa isang mangkok na may mantika, takpan ng malinis na tuwalya sa kusina, at hayaan itong tumaas sa isang mainit na lugar nang humigit-kumulang 1 oras, o hanggang dumoble ang laki.

e) Painitin muna ang iyong oven sa 425°F (220°C). Iguhit ang isang baking sheet na may parchment paper.

f) Push down ang risen kuwarta at ilipat ito sa isang floured ibabaw. Hatiin ang kuwarta sa dalawang pantay na bahagi.

g) Pagulungin ang bawat bahagi ng kuwarta sa isang hugis-parihaba na hugis, mga ¼ pulgada ang kapal. Ilipat ang pinatag na kuwarta sa inihandang baking sheet.

h) Banayad na lagyan ng tubig ang tuktok ng bawat flatbread at iwiwisik ang mga buto ng linga sa ibabaw.

i) Gamit ang iyong mga daliri, gumawa ng mga indentasyon sa kabuuan ng kuwarta, na gumagawa ng pattern ng mga linya o tuldok.

j) I-bake ang lagana flatbread sa preheated oven sa loob ng mga 20-25 minuto, o hanggang maging golden brown at malutong.

k) Alisin sa oven at hayaang lumamig sa wire rack bago hiwain at ihain.

35. Horiatiko Psomi

MGA INGREDIENTS:
- 5 tasang harina ng tinapay
- 2 kutsarita ng aktibong dry yeast
- 2 kutsarita ng asin
- 2 ½ tasa ng maligamgam na tubig
- 2 kutsarang langis ng oliba

MGA TAGUBILIN:

a) Sa isang maliit na mangkok, i-dissolve ang yeast sa maligamgam na tubig. Hayaang umupo ito ng mga 5 minuto, o hanggang mabula.

b) Sa isang malaking mangkok ng paghahalo, pagsamahin ang harina ng tinapay at asin. Gumawa ng balon sa gitna at ibuhos ang yeast mixture at olive oil. Paghaluin gamit ang isang kahoy na kutsara o ang iyong mga kamay hanggang sa magsimulang magsama ang kuwarta.

c) Ilipat ang kuwarta sa ibabaw ng harina at masahin ng mga 10-15 minuto, o hanggang sa maging makinis at nababanat ang kuwarta.

d) Ilagay ang kuwarta sa isang mangkok na may mantika, takpan ng malinis na tuwalya sa kusina, at hayaan itong tumaas sa isang mainit na lugar sa loob ng mga 1-2 oras, o hanggang dumoble ang laki.

e) Kapag tumaas na ang kuwarta, suntukin ito at hubugin ito ng bilog o hugis-itlog na tinapay.

f) Painitin muna ang iyong oven sa 450°F (230°C). Maglagay ng baking stone o isang baligtad na baking sheet sa oven upang magpainit din.

g) Ilipat ang hugis na kuwarta sa isang baking sheet na nilagyan ng parchment paper o isang baking peel na binuburan ng harina.

h) Gamit ang isang matalim na kutsilyo, gumawa ng diagonal slash sa ibabaw ng kuwarta. Ito ay makakatulong sa tinapay na lumawak at bumuo ng isang simpleng crust.

i) Ilagay ang baking sheet na may masa sa preheated baking stone o inverted baking sheet sa oven.

j) Maghurno ng humigit-kumulang 30-35 minuto, o hanggang ang tinapay ay maging ginintuang kayumanggi at tumutunog na guwang kapag tinapik sa ilalim.

k) Alisin ang tinapay mula sa oven at hayaang lumamig sa wire rack bago hiwain at ihain.

l) Ang Greek Village Bread (Horiatiko Psomi) ay perpekto para sa pagtangkilik sa mga Greek meze, sopas, nilaga, o simpleng isawsaw sa olive oil. Isa itong masarap at nakakabusog na tinapay na may simpleng alindog. Enjoy!

36. Ladeni

MGA INGREDIENTS:
- 4 na tasang all-purpose na harina
- 2 kutsarita ng aktibong dry yeast
- 1 kutsarita ng asukal
- 1 kutsarita ng asin
- 2 kutsarang langis ng oliba
- 1 ½ tasa ng maligamgam na tubig
- 4 medium na kamatis, hiniwa
- 1 katamtamang pulang sibuyas, hiniwa ng manipis
- 1 tasa Kalamata olives, pitted at kalahati
- 2 kutsarang sariwang oregano, tinadtad
- Asin at paminta para lumasa
- Karagdagang langis ng oliba para sa pag-ambon

MGA TAGUBILIN:

a) Sa isang maliit na mangkok, i-dissolve ang asukal sa maligamgam na tubig. Iwiwisik ang lebadura sa ibabaw ng tubig at hayaan itong umupo ng mga 5 minuto, o hanggang mabula.

b) Sa isang malaking mangkok ng paghahalo, pagsamahin ang harina at asin. Gumawa ng isang balon sa gitna at ibuhos ang langis ng oliba at ang timpla ng lebadura. Paghaluin gamit ang isang kahoy na kutsara o ang iyong mga kamay hanggang sa magsimulang magsama ang kuwarta.

c) Ilipat ang kuwarta sa ibabaw ng harina at masahin ng mga 5-7 minuto, o hanggang sa maging makinis at nababanat ang kuwarta.

d) Ilagay ang kuwarta sa isang mangkok na may mantika, takpan ng malinis na tuwalya sa kusina, at hayaan itong tumaas sa isang mainit na lugar nang humigit-kumulang 1 oras, o hanggang dumoble ang laki.

e) Painitin muna ang iyong oven sa 425°F (220°C). Iguhit ang isang baking sheet na may parchment paper.

f) Push down ang risen dough at ilipat ito sa inihandang baking sheet. Gamit ang iyong mga kamay, pindutin at iunat ang kuwarta sa isang parihaba o hugis-itlog na hugis, mga ½ pulgada ang kapal.

g) Ayusin ang hiniwang kamatis, pulang sibuyas, at Kalamata olive sa ibabaw ng kuwarta. Budburan ng sariwa o tuyo na oregano, asin, at paminta.

h) Magpahid ng olive oil sa ibabaw ng mga toppings.

i) Maghurno sa preheated oven para sa mga 20-25 minuto, o hanggang ang tinapay ay ginintuang kayumanggi at maluto.

j) Alisin sa oven at hayaang lumamig sa wire rack bago hiwain at ihain.

37. Psomi Pita

MGA INGREDIENTS:
- 3 tasang all-purpose na harina
- 1 kutsarita aktibong dry yeast
- 1 kutsarita ng asukal
- 1 kutsarita ng asin
- 2 kutsarang langis ng oliba
- 1 tasang maligamgam na tubig

MGA TAGUBILIN:

a) Sa isang maliit na mangkok, i-dissolve ang asukal sa maligamgam na tubig. Iwiwisik ang lebadura sa ibabaw ng tubig at hayaan itong umupo ng mga 5 minuto, o hanggang mabula.

b) Sa isang malaking mangkok ng paghahalo, pagsamahin ang harina at asin. Gumawa ng isang balon sa gitna at ibuhos ang langis ng oliba at ang timpla ng lebadura. Paghaluin gamit ang isang kahoy na kutsara o ang iyong mga kamay hanggang sa magsimulang magsama ang kuwarta.

c) Ilipat ang kuwarta sa ibabaw ng harina at masahin ng mga 5-7 minuto, o hanggang sa maging makinis at nababanat ang kuwarta. Magdagdag ng higit pang harina kung kinakailangan upang maiwasan ang pagdikit, ngunit iwasang magdagdag ng masyadong maraming harina upang panatilihing malambot ang masa.

d) Ilagay ang kuwarta sa isang mangkok na may mantika, takpan ng malinis na tuwalya sa kusina, at hayaan itong tumaas sa isang mainit na lugar sa loob ng mga 1-2 oras, o hanggang sa doble ang laki.

e) Kapag ang kuwarta ay tumaas, suntukin ito at ilipat ito sa isang ibabaw na may harina. Hatiin ang kuwarta sa 8 pantay na bahagi.

f) Pagulungin ang bawat bahagi sa isang bola at patagin ito gamit ang iyong mga kamay. Gamit ang isang rolling pin, igulong ang bawat bahagi sa isang bilog, mga ¼ pulgada ang kapal.

g) Magpainit ng non-stick skillet o griddle sa medium-high heat. Maglagay ng isang rolled-out na pita bread sa mainit na kawali at lutuin ng humigit-kumulang 1-2 minuto sa bawat panig, o hanggang sa pumutok ito at magkaroon ng golden brown spot.

h) Alisin ang nilutong pita na tinapay mula sa kawali at balutin ito ng malinis na tuwalya sa kusina upang mapanatili itong malambot at malambot. Ulitin ang proseso sa natitirang bahagi ng kuwarta.

i) Ihain ang Greek Pita Bread nang mainit o sa temperatura ng kuwarto. Maaari itong gamitin upang gumawa ng mga sandwich, balutin, o punit-punit at isawsaw sa mga sarsa o spread.

38. Psomi Spitiko

MGA INGREDIENTS:
- 4 na tasang all-purpose na harina
- 2 kutsarita ng aktibong dry yeast
- 1 kutsarita ng asukal
- 1 kutsarita ng asin
- 2 kutsarang langis ng oliba
- 1 ½ tasa ng maligamgam na tubig

MGA TAGUBILIN:
a) Sa isang maliit na mangkok, i-dissolve ang asukal sa maligamgam na tubig. Iwiwisik ang lebadura sa ibabaw ng tubig at hayaan itong umupo ng mga 5 minuto, o hanggang mabula.

b) Sa isang malaking mangkok ng paghahalo, pagsamahin ang harina at asin. Gumawa ng isang balon sa gitna at ibuhos ang langis ng oliba at ang timpla ng lebadura.

c) Paghaluin gamit ang isang kahoy na kutsara o ang iyong mga kamay hanggang sa magsimulang magsama ang kuwarta.

d) Ilipat ang kuwarta sa ibabaw ng harina at masahin ng mga 5-7 minuto, o hanggang sa maging makinis at nababanat ang kuwarta.

e) Ilagay ang kuwarta sa isang mangkok na may mantika, takpan ng malinis na tuwalya sa kusina, at hayaan itong tumaas sa isang mainit na lugar sa loob ng mga 1-2 oras, o hanggang dumoble ang laki.

f) Kapag ang kuwarta ay tumaas, suntukin ito at ilipat ito sa isang ibabaw na may harina. Hugis ito sa isang bilog na tinapay.

g) Painitin muna ang iyong oven sa 425°F (220°C). Maglagay ng baking stone o isang baligtad na baking sheet sa oven upang magpainit din.

h) Ilipat ang hugis na kuwarta sa preheated baking stone o inverted baking sheet sa oven.

i) Maghurno ng humigit-kumulang 30-35 minuto, o hanggang ang tinapay ay maging ginintuang kayumanggi at tumutunog na guwang kapag tinapik sa ilalim.

j) Alisin ang tinapay mula sa oven at hayaang lumamig sa wire rack bago hiwain at ihain.

39. Koulouri Thessalonikis

MGA INGREDIENTS:
- 4 na tasang all-purpose na harina
- 2 kutsarita ng aktibong dry yeast
- 1 kutsarita ng asukal
- 1 kutsarita ng asin
- 2 kutsarang langis ng oliba
- 1 ½ tasa ng maligamgam na tubig
- ½ tasang sesame seeds
- ¼ tasa ng maligamgam na tubig (para sa sesame seed paste)
- 2 kutsarang langis ng oliba (para sa sesame seed paste)
- ½ kutsarita ng asin (para sa sesame seed paste)

MGA TAGUBILIN:
a) Sa isang maliit na mangkok, i-dissolve ang asukal sa maligamgam na tubig. Iwiwisik ang lebadura sa ibabaw ng tubig at hayaan itong umupo ng mga 5 minuto, o hanggang mabula.

b) Sa isang malaking mangkok ng paghahalo, pagsamahin ang harina at asin. Gumawa ng isang balon sa gitna at ibuhos ang langis ng oliba at ang timpla ng lebadura. Paghaluin gamit ang isang kahoy na kutsara o ang iyong mga kamay hanggang sa magsimulang magsama ang kuwarta.

c) Ilipat ang kuwarta sa ibabaw ng harina at masahin ng mga 5-7 minuto, o hanggang sa maging makinis at nababanat ang kuwarta.

d) Ilagay ang kuwarta sa isang mangkok na may mantika, takpan ng malinis na tuwalya sa kusina, at hayaan itong tumaas sa isang mainit na lugar sa loob ng mga 1-2 oras, o hanggang dumoble ang laki.

e) Kapag ang kuwarta ay tumaas, suntukin ito at ilipat ito sa isang ibabaw na may harina. Hatiin ang kuwarta sa maliliit na bahagi at igulong ang bawat bahagi sa isang mahabang hugis ng lubid, mga 12 pulgada ang haba.

f) Hugis ang bawat lubid ng kuwarta sa isang singsing, na magkakapatong sa mga dulo at kurutin ang mga ito upang maiselyo.

g) Painitin muna ang iyong oven sa 400°F (200°C). Iguhit ang isang baking sheet na may parchment paper.

h) Sa isang maliit na mangkok, paghaluin ang mga buto ng linga, maligamgam na tubig, langis ng oliba, at asin upang bumuo ng isang i-paste.

i) Isawsaw ang bawat singsing ng tinapay sa sesame seed paste, siguraduhing balot ito ng maayos sa lahat ng panig. Dahan-dahang idiin ang sesame seeds sa kuwarta upang dumikit.

j) Ilagay ang pinahiran na mga singsing ng tinapay sa inihandang baking sheet, na nag-iiwan ng ilang espasyo sa pagitan ng mga ito para sa pagpapalawak.

k) Maghurno sa preheated oven para sa mga 20-25 minuto, o hanggang ang mga singsing ng tinapay ay ginintuang kayumanggi.

l) Alisin sa oven at hayaang lumamig ang Koulouri Thessalonikis sa wire rack bago ihain.

40. Artos

MGA INGREDIENTS:
- 4 na tasang all-purpose na harina
- 1 ½ kutsarita ng aktibong dry yeast
- 1 ½ tasa ng maligamgam na tubig
- 1 kutsarang asukal
- 1 kutsarita ng asin
- Opsyonal: sesame seeds o iba pang toppings para sa dekorasyon

MGA TAGUBILIN:

a) Sa isang maliit na mangkok, i-dissolve ang lebadura at asukal sa maligamgam na tubig. Hayaang umupo ito ng humigit-kumulang 5 minuto, o hanggang sa maging mabula.

b) Sa isang malaking mangkok ng paghahalo, pagsamahin ang harina at asin. Gumawa ng balon sa gitna at ibuhos ang lebadura.

c) Unti-unting isama ang harina sa likido, haluin gamit ang isang kahoy na kutsara o iyong mga kamay, hanggang sa mabuo ang malambot na masa.

d) Ilipat ang kuwarta sa ibabaw ng floured at masahin ito ng mga 8-10 minuto, o hanggang sa maging makinis at elastic.

e) Ilagay ang kuwarta sa isang mangkok na may mantika, takpan ito ng malinis na tuwalya sa kusina, at hayaang tumaas ito sa isang mainit na lugar sa loob ng mga 1-2 oras, o hanggang dumoble ang laki.

f) Kapag tumaas na ang kuwarta, dahan-dahang suntukin ito upang palabasin ang anumang bula ng hangin. Hugis ito ng bilog o hugis-itlog na tinapay.

g) Ilipat ang hugis na tinapay sa isang baking sheet o baking stone. Kung ninanais, maaari mong palamutihan ang ibabaw ng tinapay na may mga buto ng linga o iba pang mga toppings.

h) Painitin muna ang iyong oven sa 375°F (190°C). Habang ang oven ay preheating, hayaan ang tinapay na magpahinga at bumangon muli para sa mga 15-20 minuto.

i) Ihurno ang tinapay sa preheated oven sa loob ng mga 30-35 minuto, o hanggang sa ito ay maging gintuang kayumanggi at tumutunog na guwang kapag tinapik sa ilalim.

j) Kapag naluto na, alisin ang artos sa oven at palamig ito sa wire rack.

41. Zea

MGA INGREDIENTS:
- 2 tasang all-purpose na harina
- 1 tasang buong harina ng trigo
- 2 kutsarita ng aktibong dry yeast
- 1 kutsarita ng asin
- 1 ¼ tasa ng maligamgam na tubig
- 2 kutsarang langis ng oliba
- Opsyonal: Sesame seeds o iba pang toppings para sa pagwiwisik

MGA TAGUBILIN:
a) Sa isang maliit na mangkok, i-dissolve ang yeast sa ¼ tasa ng maligamgam na tubig. Hayaang umupo ito ng humigit-kumulang 5 minuto, o hanggang sa maging mabula.
b) Sa isang malaking mixing bowl, pagsamahin ang all-purpose flour, whole wheat flour, at asin.
c) Gumawa ng isang balon sa gitna ng mga tuyong sangkap at ibuhos ang pinaghalong lebadura, natitirang mainit na tubig, at langis ng oliba.
d) Pagsama-samahin ang mga sangkap hanggang sa mabuo ang isang malabo na masa.
e) Ilipat ang kuwarta sa ibabaw ng harina at masahin ng mga 8-10 minuto, o hanggang sa maging makinis at nababanat ang kuwarta. Magdagdag ng kaunting harina kung kinakailangan upang maiwasan ang pagdikit.
f) Ilagay ang kuwarta sa isang mangkok na may mantika, takpan ito ng malinis na tuwalya sa kusina, at hayaang tumaas ito sa isang mainit na lugar sa loob ng mga 1-2 oras, o hanggang dumoble ang laki.
g) Painitin muna ang iyong oven sa 425°F (220°C). Iguhit ang isang baking sheet na may parchment paper.
h) Kapag ang kuwarta ay tumaas, dahan-dahang suntukin ito upang palabasin ang anumang mga bula ng hangin. Hatiin ang kuwarta sa pantay na bahagi at hubugin ang bawat bahagi sa mahaba at manipis na mga breadstick.

i) Ilagay ang mga breadstick sa inihandang baking sheet, mag-iwan ng kaunting espasyo sa pagitan ng mga ito. Opsyonal, iwiwisik ang mga buto ng linga o iba pang gustong mga topping sa itaas.

j) Hayaang magpahinga ang mga breadstick at tumaas para sa karagdagang 15-20 minuto.

k) Ihurno ang mga breadstick sa preheated oven sa loob ng mga 15-20 minuto, o hanggang maging golden brown at malutong sa labas.

l) Kapag naluto na, alisin ang Zea bread sa oven at hayaang lumamig sa wire rack.

42.Paximathia

MGA INGREDIENTS:
- 4 na tasang all-purpose na harina
- 1 tasa ng butil na asukal
- 1 kutsarita ng baking powder
- ½ kutsarita ng baking soda
- ½ kutsarita ng asin
- ½ kutsarita ng giniling na kanela
- 1 tasa ng langis ng oliba
- ½ tasa ng orange juice
- Sarap ng 1 orange
- ¼ tasa ng brandy o ouzo (opsyonal)
- Sesame seeds (para sa pagwiwisik)

MGA TAGUBILIN:

a) Painitin muna ang iyong oven sa 350°F (175°C) at lagyan ng parchment paper ang isang baking sheet.

b) Sa isang malaking mangkok ng paghahalo, haluin ang harina, asukal, baking powder, baking soda, asin, at giniling na kanela hanggang sa maayos na pinagsama.

c) Sa isang hiwalay na mangkok, haluin ang langis ng oliba, orange juice, orange zest, at brandy o ouzo (kung ginagamit).

d) Dahan-dahang ibuhos ang mga basang sangkap sa mga tuyong sangkap habang hinahalo gamit ang kahoy na kutsara o ang iyong mga kamay. Haluin hanggang mabuo ang isang masa. Kung ang masa ay masyadong tuyo, maaari kang magdagdag ng kaunti pang orange juice, isang kutsara sa isang pagkakataon.

e) Ilipat ang kuwarta sa ibabaw ng floured at masahin ito ng ilang minuto hanggang sa maging makinis at maayos itong pinagsama.

f) Hatiin ang kuwarta sa maliliit na bahagi. Kumuha ng isang bahagi sa isang pagkakataon at igulong ito sa isang parihaba o hugis-itlog na hugis, mga ¼ pulgada ang kapal.

g) Gamit ang isang kutsilyo o isang pastry cutter, gupitin ang rolled-out dough sa mas maliliit na piraso o piraso, mga 2-3 pulgada ang haba at 1 pulgada ang lapad.

h) Ilagay ang mga hiwa na piraso sa inihandang baking sheet, na nag-iiwan ng kaunting espasyo sa pagitan nila. Magwiwisik ng linga nang sagana sa ibabaw ng bawat piraso.

i) Ihurno ang Paximathia sa preheated oven sa loob ng mga 20-25 minuto, o hanggang sa maging golden brown ang mga ito at malutong sa mga gilid.

j) Kapag naluto na, alisin ang Paximathia sa oven at hayaang lumamig sa baking sheet ng ilang minuto. Pagkatapos, ilipat ang mga ito sa isang wire rack upang ganap na palamig.

k) Itago ang Paximathia sa isang lalagyan ng airtight sa temperatura ng kuwarto.

l) Mananatili silang sariwa sa loob ng ilang linggo.

43.Batzina

MGA INGREDIENTS:
- 4 na tasang all-purpose na harina
- 1 kutsarita aktibong dry yeast
- 1 kutsarita ng asin
- 2 kutsarang langis ng oliba
- 1 kutsarang pulot
- 1 ¼ tasa ng maligamgam na tubig

MGA TAGUBILIN:

a) Sa isang maliit na mangkok, pagsamahin ang maligamgam na tubig, pulot, at lebadura. Haluing mabuti at hayaang humigit-kumulang 5 minuto hanggang sa maging mabula ang lebadura.

b) Sa isang malaking mangkok ng paghahalo, pagsamahin ang harina at asin. Gumawa ng isang balon sa gitna at ibuhos ang langis ng oliba at ang timpla ng lebadura.

c) Paghaluin ang mga sangkap hanggang sa magsimulang mabuo ang isang masa. Ilipat ang kuwarta sa isang bahagyang tinadtad na ibabaw at masahin ng mga 8-10 minuto hanggang sa maging makinis at nababanat ang kuwarta.

d) Hugis bola ang kuwarta at ilagay sa isang mangkok na may mantika. Takpan ang mangkok ng malinis na tuwalya sa kusina at hayaang tumaas ang masa sa isang mainit na lugar sa loob ng mga 1-2 oras hanggang sa dumoble ito sa laki.

e) Painitin muna ang iyong oven sa 400°F (200°C). Iguhit ang isang baking sheet na may parchment paper.

f) Kapag ang kuwarta ay tumaas, suntukin ito upang palabasin ang anumang mga bula ng hangin. Ilipat ang kuwarta sa inihandang baking sheet.

g) Gamit ang iyong mga kamay, patagin ang kuwarta sa isang pabilog na hugis, mga ½ pulgada ang kapal.

h) Gamit ang isang kutsilyo, markahan ang tuktok ng kuwarta sa isang cross o diamond pattern.

i) Magpahid ng kaunting olive oil sa ibabaw ng tinapay at ikalat ito nang pantay-pantay.

j) Maghurno sa preheated oven para sa mga 25-30 minuto, o hanggang sa ang tinapay ay maging ginintuang kayumanggi sa ibabaw.

k) Kapag naluto na, alisin ang Batzina bread mula sa oven at hayaan itong lumamig sa wire rack.

44.Psomi Tou Kyrion

MGA INGREDIENTS:
- 2 tasang buong harina ng trigo
- 1 tasang all-purpose na harina
- ½ tasa ng harina ng rye
- 1 ½ kutsarita ng aktibong dry yeast
- 1 ½ kutsarita ng asin
- 1 ½ tasa ng maligamgam na tubig
- 2 kutsarang langis ng oliba
- 1 kutsarang pulot (opsyonal)
- Karagdagang harina para sa pag-aalis ng alikabok

MGA TAGUBILIN:

a) Sa isang maliit na mangkok, pagsamahin ang maligamgam na tubig at pulot (kung ginagamit). Haluing mabuti upang matunaw ang pulot, pagkatapos ay iwiwisik ang lebadura sa pinaghalong. Hayaang umupo ito ng mga 5 minuto hanggang sa maging mabula ang lebadura.

b) Sa isang malaking mixing bowl, pagsamahin ang whole wheat flour, all-purpose flour, rye flour, at asin. Gumawa ng isang balon sa gitna at ibuhos ang langis ng oliba at ang timpla ng lebadura.

c) Paghaluin ang mga sangkap hanggang sa magsimulang mabuo ang isang masa. Ilipat ang kuwarta sa isang bahagyang tinadtad na ibabaw at masahin ng mga 10-12 minuto hanggang sa maging makinis at nababanat ang kuwarta.

d) Hugis bola ang kuwarta at ilagay sa isang mangkok na may mantika. Takpan ang mangkok ng malinis na tuwalya sa kusina at hayaang tumaas ang masa sa isang mainit na lugar sa loob ng mga 1-2 oras hanggang sa dumoble ito sa laki.

e) Painitin muna ang iyong oven sa 425°F (220°C). Maglagay ng baking stone o isang nakabaligtad na baking sheet sa oven upang magpainit din.

f) Kapag ang kuwarta ay tumaas, suntukin ito upang palabasin ang anumang mga bula ng hangin. Ilipat ang kuwarta sa ibabaw na may harina at hubugin ito ng bilog o hugis-itlog na tinapay.

g) Ilagay ang tinapay sa isang baking sheet o isang piraso ng parchment paper. Alikabok ng kaunting harina ang tuktok ng tinapay at markahan ito ng matalim na kutsilyo upang makagawa ng mga pandekorasyon na hiwa.

h) Maingat na ilipat ang tinapay sa preheated baking stone o baking sheet. Maghurno ng humigit-kumulang 30-35 minuto o hanggang ang tinapay ay maging ginintuang kayumanggi at tumutunog na guwang kapag tinapik sa ilalim.

i) Kapag naluto na, alisin ang Psomi tou kyrion sa oven at hayaang lumamig sa wire rack bago hiwain.

45. Xerotigana

MGA INGREDIENTS:
PARA SA DOUGH:
- 4 na tasang all-purpose na harina
- ½ kutsarita ng baking powder
- ½ kutsarita ng asin
- ½ tasa ng orange juice
- ¼ tasa ng langis ng oliba
- ¼ tasa puting alak
- 1 kutsarang butil na asukal
- 1 kutsarita ng giniling na kanela

PARA SA SYRUP:
- 2 tasang pulot
- 1 tasang tubig
- 1 cinnamon stick
- Sarap ng 1 orange

MGA TAGUBILIN:

a) Sa isang malaking mangkok ng paghahalo, haluin ang harina, baking powder, asin, asukal, at giniling na kanela.

b) Sa isang hiwalay na mangkok, pagsamahin ang orange juice, langis ng oliba, at puting alak.

c) Unti-unting ibuhos ang pinaghalong likido sa mga tuyong sangkap, patuloy na pagpapakilos, hanggang sa mabuo ang malambot na kuwarta.

d) Ilipat ang kuwarta sa isang bahagyang natabunan ng harina at masahin ng mga 5-7 minuto hanggang sa maging makinis at nababanat.

e) Hatiin ang kuwarta sa maliliit na bahagi at takpan ito ng basang tela upang maiwasan ang pagkatuyo.

f) Kumuha ng isang bahagi ng kuwarta at igulong ito sa isang manipis na sheet, mga 1/8 pulgada ang kapal.

g) Gupitin ang pinagsamang kuwarta sa mga piraso, humigit-kumulang 1-2 pulgada ang lapad at 6-8 pulgada ang haba.

h) Kunin ang bawat strip at itali ito sa isang maluwag na buhol, na lumilikha ng isang baluktot na hugis. Ulitin ang prosesong ito sa natitirang mga piraso ng kuwarta.

i) Sa isang malalim at mabigat na ilalim na kaldero, painitin ang langis ng gulay para sa pagprito sa temperatura na humigit-kumulang 350°F (180°C).

j) Maingat na ihulog ang ilang piraso ng pinaikot na kuwarta sa mainit na mantika at iprito ang mga ito hanggang sa maging ginintuang kayumanggi sa lahat ng panig. Iwasan ang pagsisikip sa palayok; iprito ang mga ito sa mga batch kung kinakailangan.

k) Kapag pinirito, alisin ang Xerotigana mula sa mantika gamit ang slotted na kutsara at ilipat ang mga ito sa isang papel na may linyang tuwalya upang maubos ang labis na mantika.

l) Sa isang hiwalay na kasirola, pagsamahin ang pulot, tubig, cinnamon stick, at orange zest. Init ang pinaghalong sa katamtamang apoy hanggang sa kumulo. Bawasan ang apoy at hayaang kumulo ng halos 5 minuto.

m) Alisin ang cinnamon stick at orange zest mula sa syrup.

n) Habang mainit pa ang syrup, isawsaw ang piniritong Xerotigana sa syrup, pinahiran ang mga ito nang buo. Hayaang magbabad ng ilang minuto, pagkatapos ay ilipat ang mga ito sa isang wire rack upang lumamig at hayaang tumulo ang labis na syrup.

o) Ulitin ang proseso ng paglubog gamit ang natitirang Xerotigana, siguraduhin na ang mga ito ay ganap na pinahiran ng honey syrup.

TINAPAY NG PRANSES

46. Baguette

MGA INGREDIENTS:
- 1¾ tasa ng tubig, sa temperatura ng kuwarto, hinati
- 2 kutsarita ng instant yeast, hinati
- 5 tasa na binawasan ng 1½ kutsarang harina ng tinapay (o T55 na harina), hinati
- 1 kutsarang kosher salt

MGA TAGUBILIN:
GUMAWA NG PÂTE FERMENTÉE:
a) Sa isang katamtamang mangkok, haluin ang ½ tasa ng tubig na may isang kurot ng lebadura. Magdagdag ng 1¼ tasa ng harina at 1 kutsarita ng asin. Haluin hanggang sa mabuo ang masa. Ilagay ang kuwarta sa iyong bangko at masahin hanggang sa maayos na pinagsama, 1 hanggang 2 minuto.

b) Ibalik ang kuwarta sa mangkok, takpan ng tuwalya, at itabi sa loob ng 2 hanggang 4 na oras sa temperatura ng kuwarto o palamigin magdamag. Dapat itong doble sa laki.

GAWIN ANG DOUGH:
c) Idagdag ang natitirang 1¼ tasa ng tubig at natitirang lebadura sa pâte fermentée, gamit ang iyong mga daliri upang hatiin ang kuwarta sa likido. Idagdag ang natitirang 3⅔ tasa ng harina at ang natitirang 2 kutsarita ng asin. Paghaluin hanggang sa mabuo ang isang malabo na masa, mga 1 minuto.

d) Ilabas ang kuwarta sa isang malinis na bangko at masahin ng 8 hanggang 10 minuto hanggang sa ito ay makinis, nababanat, at malambot. Kung ikaw ay nagmamasa sa pamamagitan ng kamay, pigilan ang pagnanais na magdagdag ng higit pang harina; ang kuwarta ay natural na magiging hindi gaanong malagkit habang ginagawa mo ito.

e) Iunat ang kuwarta upang suriin ang tamang pag-unlad ng gluten. Kung masyadong mabilis itong mapunit at magaspang ang pakiramdam, ipagpatuloy ang pagmamasa hanggang makinis at malambot.

f) Kung nagmamasa sa pamamagitan ng kamay, ibalik ang kuwarta sa mangkok. Takpan ng tuwalya at itabi ng 1 oras o hanggang dumoble ang laki.

g) Hugis at maghurno: Bahagyang harina ang iyong bangko at gumamit ng plastic bench scraper upang palabasin ang kuwarta mula sa mangkok. Gumamit ng metal bench scraper upang hatiin ang kuwarta sa 4 na pantay na seksyon (mga 250 gramo bawat isa). Takpan ng tuwalya at magpahinga ng 5 hanggang 10 minuto.

h) Paggawa gamit ang isang seksyon sa isang pagkakataon, gamitin ang iyong mga daliri upang dahan-dahang pindutin ang kuwarta sa isang magaspang na parihaba. Tiklupin ang itaas na quarter pababa sa gitna, pagkatapos ay tiklupin ang ilalim na quarter pataas sa gitna, para magtagpo ang mga ito. Pindutin nang bahagya ang tahi upang madikit.

i) Tiklupin ang itaas na kalahati ng kuwarta sa ibabang kalahati upang lumikha ng isang log. Gamitin ang takong ng iyong kamay o ang iyong mga daliri upang i-seal ang tahi. Siguraduhin na ang iyong bangko ay bahagyang harina. Hindi mo nais ang labis na presyon sa kuwarta, ngunit hindi mo rin nais na dumulas ito sa halip na gumulong. Kung dumulas ang kuwarta, alisin ang labis na harina at basain nang bahagya ang iyong mga kamay.

j) Dahan-dahang i-flip ang kuwarta upang ang tahi ay nasa ilalim, at gamitin ang iyong mga kamay upang ibato ang mga dulo ng tinapay pabalik-balik upang lumikha ng hugis ng football. Pagkatapos ay gawin ang iyong mga kamay mula sa gitna ng tinapay patungo sa mga gilid upang pahabain ito sa 12 hanggang 14 na pulgada. Ulitin sa natitirang mga seksyon.

k) Maglagay ng linen na tuwalya sa isang baking sheet. Alikabok ito ng harina, at tiklupin ang isang dulo upang lumikha ng hangganan. Maglagay ng isang baguette sa tabi ng fold na ito. Tiklupin ang tuwalya sa kabilang panig upang lumikha ng nakalaang puwang para tumaas ang baguette. Maglagay ng isa pang baguette sa tabi at lumikha ng isa pang fold. Ulitin sa natitirang mga baguette.

l) Takpan ng tuwalya at itabi sa proof sa loob ng 1 oras.

m) Pagkatapos ng 30 minutong pag-proofing, painitin muna ang oven sa 475°F. Maglagay ng baking stone sa center rack. Lagyan ng parchment paper ang flat baking sheet (i-flip ang baking sheet at gawin sa likod kung gagamit ng baking stone).

n) Suriin ang mga baguette sa pamamagitan ng pagsundot ng kuwarta. Dapat itong bumulong nang bahagya, nag-iiwan ng indent, at parang marshmallow.

o) Kapag ang mga baguette ay handa nang maghurno, dahan-dahang iangat at ilipat ang mga ito sa inihandang baking sheet, ilagay ang mga ito sa pagitan ng 2 pulgada. Mag-ingat na huwag i-deflate ang mga baguette habang inililipat ang mga ito.

p) Ang paghawak ng pilay o razor blade sa 30-degree na anggulo, mabilis ngunit mahinang mag-iskor ng limang linya nang pahilis sa tuktok ng mga baguette, mga ¼ pulgada ang lalim at 2 pulgada ang layo. Sa pagitan ng mga tinapay, isawsaw ang talim sa tubig upang palabasin ang anumang malagkit na masa.

q) Ilagay ang baking sheet sa oven, o, kung gumagamit ng baking stone, i-slide ang parchment paper mula sa sheet papunta sa baking stone.

r) Budburan ng tubig ang mga tinapay ng 4 o 5 beses sa kabuuan at isara ang pinto ng oven. Mag-spray muli pagkatapos ng 3 minuto ng pagluluto, at muli pagkatapos ng isa pang 3 minuto, gumana nang mabilis sa bawat oras upang hindi mawala ang init ng oven.

s) Maghurno ng 24 hanggang 28 minuto sa kabuuan, hanggang sa ang mga tinapay ay maging malalim na ginintuang kayumanggi.

t) Ilipat ang mga tinapay sa isang cooling rack sa loob ng 15 hanggang 20 minuto bago hiwain.

47. Baguettes Au Levain

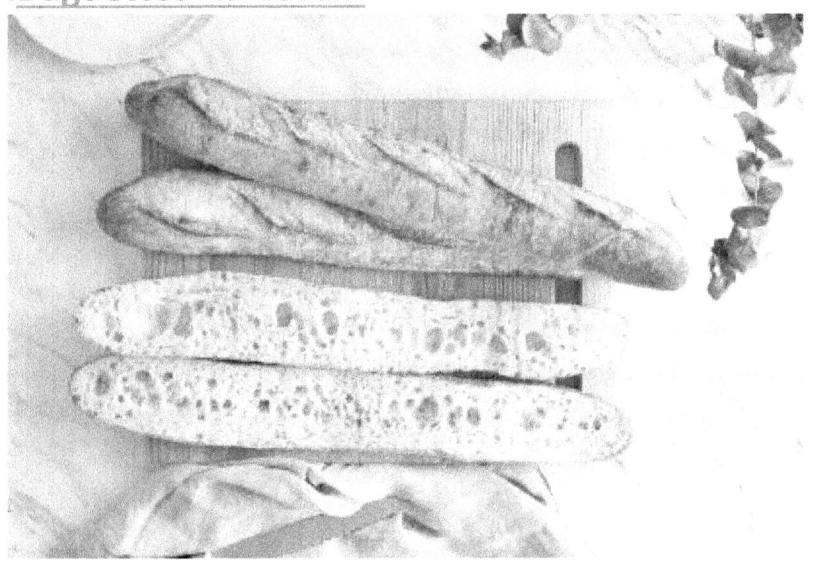

MGA INGREDIENTS:
- 1¼ cup Starter, sa room temp.
- ¼ tasa ng Tubig
- 2 kutsarita ng langis ng oliba
- 2½ tasa ng harina ng tinapay
- ¾ kutsarita ng Asin
- 1½ kutsarang Asukal
- 2 kutsarita ng lebadura

MGA TAGUBILIN:

a) Ilabas ang starter sa refrigerator sa gabi bago simulan ang tinapay. Feed starter at hayaan itong dumating sa room temp habang tinutunaw nito ang pagpapakain. Ilagay ang mga sangkap sa kawali sa pagkakasunud-sunod na nakalista. Itakda para sa kuwarta, pindutin ang simula.

b) Kapag nakumpleto na ang cycle, alisin ang kuwarta, pisilin ang mga gas, ilagay sa isang mangkok, takpan ng isang basang tuwalya ng tsaa at hayaang magpahinga ng 30 minuto.

c) Pagwiwisik ng corn meal sa counter, hubugin ang kuwarta sa 2 manipis na silindro, ilagay ang mga tinapay sa baguette pan, takpan ng tea towel at hayaang tumaas sa ref ng 12 hanggang 24 na oras.

d) Alisin mula sa refrigerator, budburan ng tubig, at hayaang umupo hanggang sa ganap na tumaas. Budburan muli ng tubig at maghurno sa conventional oven sa 375 F sa loob ng 30 minuto o hanggang kayumanggi at malutong. Para sa talagang crusty na tinapay, spray ng tubig tuwing 5 minuto habang nagluluto!

48. Sakit d'Épi

MGA INGREDIENTS:
- 1¾ tasa ng tubig, sa temperatura ng kuwarto, hinati
- 2 kutsarita ng instant yeast, hinati
- 5 tasa na binawasan ng 1½ kutsarang harina ng tinapay (o T55 na harina), hinati
- 1 kutsarang kosher salt

MGA TAGUBILIN:
a) Gumawa ng pâte fermentée: Sa isang medium na mangkok, haluin ang ½ tasa ng tubig na may isang kurot ng lebadura. Magdagdag ng 1¼ tasa ng harina at 1 kutsarita ng asin. Haluin hanggang sa mabuo ang masa. Ilagay ang kuwarta sa iyong bangko at masahin hanggang sa maayos na pinagsama, 1 hanggang 2 minuto. Ang timpla ay magiging malagkit. Ibalik ang kuwarta sa mangkok, takpan ng tuwalya, at itabi sa loob ng 2 hanggang 4 na oras sa temperatura ng silid o palamigin nang magdamag. Dapat itong doble sa laki.

b) Gawin ang kuwarta: Idagdag ang natitirang 1¼ tasa ng tubig at natitirang lebadura sa pâte fermentée, gamit ang iyong mga daliri upang hatiin ang kuwarta sa likido. Idagdag ang natitirang 3⅔ tasa ng harina at ang natitirang 2 kutsarita ng asin at haluin hanggang sa mabuo ang isang malabo na masa, mga 1 minuto.

c) Ilabas ang kuwarta sa isang malinis na bangko at masahin ng 8 hanggang 10 minuto (o ilipat sa isang stand mixer at masahin ng 6 hanggang 8 minuto sa mababang bilis) hanggang sa makinis, nababanat, at malambot. Kung ikaw ay nagmamasa sa pamamagitan ng kamay, pigilan ang pagnanais na magdagdag ng higit pang harina; ang kuwarta ay natural na magiging hindi gaanong malagkit habang ginagawa mo ito.

d) Iunat ang kuwarta upang suriin ang tamang pag-unlad ng gluten. Kung masyadong mabilis itong mapunit at magaspang ang pakiramdam, ipagpatuloy ang pagmamasa hanggang makinis at malambot.

e) Kung nagmamasa sa pamamagitan ng kamay, ibalik ang kuwarta sa mangkok. Takpan ng tuwalya at itabi ng 1 oras o hanggang dumoble ang laki.

f) Bahagyang harina ang iyong bangko at gumamit ng plastic bench scraper upang palabasin ang kuwarta mula sa mangkok. Gumamit ng metal bench scraper upang hatiin ang kuwarta sa 4 na pantay na seksyon (mga 250 gramo bawat isa). Takpan ng tuwalya at magpahinga ng 5 hanggang 10 minuto.

g) Paggawa gamit ang isang seksyon sa isang pagkakataon, gamitin ang iyong mga daliri upang dahan-dahang pindutin ang kuwarta sa isang magaspang na parihaba. Tiklupin ang itaas na quarter pababa sa gitna, pagkatapos ay tiklupin ang ilalim na quarter pataas sa gitna, para magtagpo ang mga ito.

h) Pindutin nang bahagya ang tahi upang madikit. Tiklupin ang itaas na kalahati ng kuwarta sa ibabang kalahati upang lumikha ng isang log. Gamitin ang takong ng iyong kamay o ang iyong mga daliri upang i-seal ang tahi.

i) Dahan-dahang i-flip ang kuwarta upang ang tahi ay nasa ilalim, at gamitin ang iyong mga kamay upang ibato ang mga dulo ng tinapay pabalik-balik upang lumikha ng hugis ng football. Pagkatapos ay gawin ang iyong mga kamay mula sa gitna ng tinapay patungo sa mga gilid upang pahabain ito sa 12 hanggang 14 na pulgada. Ulitin sa natitirang mga seksyon.

j) Linya ang dalawang baking sheet na may parchment paper. Dahan-dahang ilipat ang dalawang tinapay sa bawat inihandang baking sheet, na may pagitan ng 4 hanggang 5 pulgada.

k) Hawakan ang mga gunting sa isang 45-degree na anggulo, gupitin sa isang baguette mga 2 pulgada mula sa dulo (halos pinuputol ang tinapay, sa isang pag-swipe, kaya ang mga tip sa gunting ay halos ⅛ pulgada mula sa dulo ng kuwarta) . Kaagad ngunit dahan-dahang ilagay ang piraso sa kanang bahagi. Gumawa ng pangalawang hiwa ng mga 2 pulgada sa kahabaan ng tinapay at ilagay ang piraso ng kuwarta sa kaliwa. Ulitin, papalitan ang gilid kung saan mo ginagalaw ang kuwarta, hanggang sa maputol mo ang buong tinapay.

l) Takpan ng mga tuwalya at itabi sa patunay sa loob ng 1 oras o hanggang marshmallow-y ang texture. Kung sundutin mo ang kuwarta, dapat itong bumulong nang bahagya, na nag-iiwan ng isang indent. Pagkatapos ng 30 minutong pag-proofing, painitin muna ang oven sa 475°F.

m) Kapag handa na ang mga tinapay, ilagay ang mga baking sheet sa oven. Budburan ng tubig ang mga tinapay ng 4 o 5 beses sa kabuuan at isara ang pinto. Mag-spray muli pagkatapos ng 3 minuto ng pagluluto, at muli pagkatapos ng isa pang 3 minuto, gumana nang mabilis upang hindi mawala ang init ng oven. Maghurno sa loob ng 24 hanggang 28 minuto sa kabuuan, paikutin ang posisyon ng mga tray sa kalahati ng pagluluto para sa pantay na browning, hanggang sa ang mga tinapay ay maging malalim na ginintuang kayumanggi.

n) Ilipat ang mga tinapay sa isang cooling rack sa loob ng 10 hanggang 15 minuto bago ihain.

49. Pain d'Épi Aux Herbes

MGA INGREDIENTS:
- 1¼ tasa ng maligamgam na tubig, hinati
- 0.63-ounce na pakete na Instant Sourdough Yeast
- 4 tasa ng harina ng tinapay, hinati
- 2¾ kutsarita ng kosher na asin
- 1 kutsarita ng bawang pulbos
- 1 kutsarita tinadtad na sariwang rosemary
- 1 kutsarita tinadtad na sariwang sambong
- 1 kutsarita tinadtad na sariwang thyme
- ½ kutsarita ng ground black pepper
- 1½ tasa ng tubig na kumukulo
- Herbed olive oil, para ihain

MGA TAGUBILIN:

a) Sa mangkok ng stand mixer na nilagyan ng paddle attachment, haluin ng kamay ang ¾ tasa (180 gramo) maligamgam na tubig at Instant Sourdough Yeast hanggang sa matunaw. Magdagdag ng 1⅓ tasa (169 gramo) ng harina, at talunin sa mababang bilis hanggang sa pinagsama, mga 30 segundo. Takpan at hayaang tumaas sa isang mainit, walang draft na lugar hanggang sa doble ang laki, 30 hanggang 45 minuto.

b) Magdagdag ng asin, pulbos ng bawang, rosemary, sage, thyme, itim na paminta, natitirang 2⅔ tasa (339 gramo) na harina, at natitirang ½ tasa (120 gramo) ng maligamgam na tubig sa timpla ng lebadura, at talunin sa mahinang bilis hanggang sa magsama-sama ang masa, mga 30 segundo. Lumipat sa dough hook attachment. Talunin sa mababang bilis ng 2 minuto.

c) Banayad na langis ang isang malaking mangkok. Ilagay ang kuwarta sa mangkok, i-on sa grease top. Takpan at hayaang tumayo sa isang mainit, walang draft na lugar hanggang sa makinis at nababanat, mga ½ oras, lumiliko tuwing 30 minuto.

d) Ilabas ang kuwarta sa isang napakagaan na ibabaw ng harina, at hatiin sa kalahati. Dahan-dahang tapikin ang kalahati sa isang 9x4-pulgadang parihaba; tiklupin ang isang maikling gilid sa pangatlo sa gitna, kurutin upang mai-seal. Tiklupin ang natitirang pangatlo sa nakatiklop na bahagi, kurutin upang mai-seal. Baliktarin ang kuwarta upang ito ay magkatahi sa gilid pababa. Takpan at hayaang tumayo ng 20 minuto. Ulitin sa natitirang kalahati ng kuwarta.

e) Lagyan ng parchment paper ang isang rimmed baking sheet, hayaang lumaki nang bahagya ang labis sa mga gilid ng kawali. Alikabok nang husto ng harina.

f) Dahan-dahang tapikin ang bawat baguette sa isang 8x6-inch na parihaba, isang mahabang gilid na pinakamalapit sa iyo. Tiklupin ang pangatlo sa itaas ng kuwarta sa gitna, pagpindot upang mai-seal. Tiklupin ang pangatlo sa ibaba sa ibabaw ng nakatiklop na bahagi, pagpindot upang mai-seal. Tiklupin ang kuwarta sa kalahating pahaba upang magtagpo ang mahabang gilid. Gamit ang takong ng iyong kamay, pindutin nang mahigpit ang mga gilid upang mai-seal. Pagulungin sa isang 15- hanggang 16-pulgada na log ng pantay na kapal, bahagyang nagtatapos ang patulis.

g) Maglagay ng 1 log sa inihandang kawali, tahiin ang gilid pababa, ilagay ito sa isang mahabang gilid ng kawali. Hilahin pataas at tiklupin ang pergamino upang lumikha ng pader sa tapat ng log. Ang natitirang log ng Nestle sa kabilang panig ng parchment wall, tahiin ang gilid pababa. Ulitin ang proseso ng paghila at pagtiklop gamit ang pergamino upang mabuo ang dingding sa tapat ng ikalawang log, at timbangin gamit ang isang tuwalya sa kusina upang maiwasan ang pag-slide ng parchment. Takpan at hayaang tumaas sa isang mainit, walang draft na lugar hanggang bahagyang pumutok, 45 hanggang 50 minuto.

h) Maglagay ng malaking cast-iron skillet sa ilalim na rack ng oven at isang rimmed baking sheet sa center rack. Painitin ang hurno sa 475°F.

i) Maingat na ilipat ang mga log ng kuwarta sa isang sheet ng parchment paper; Hugasan nang husto ang mga tuktok ng harina. Gamit ang gunting sa kusina, gumawa ng mabilis, malinis na 45-degree na hiwa nang humigit-kumulang 1½ pulgada mula sa dulo ng 1 log, pinutol ang halos tatlong-ikaapat na bahagi ng daanan.

j) Dahan-dahang iikot ang piraso ng kuwarta sa isang gilid. Gumawa ng pangalawang hiwa 1½ pulgada mula sa una, at dahan-dahang iikot ang piraso ng kuwarta sa tapat. Ulitin hanggang sa maabot mo ang dulo ng log, na lumilikha ng hugis ng tangkay ng trigo. Ulitin ang pamamaraan sa natitirang log.

k) Alisin ang preheated pan mula sa oven. Maingat na ilagay ang pergamino na may kuwarta sa kawali, at ibalik sa oven. Maingat na ibuhos ang 1½ tasa ng tubig na kumukulo sa preheated skillet. Isara kaagad ang pinto ng oven.

l) Maghurno hanggang sa ginintuang kayumanggi at ang isang instant-read na thermometer na ipinasok sa gitna ay nagrerehistro ng 205°F (96°C), mga 15 minuto. Hayaang lumamig sa kawali sa wire rack.

m) Ihain kasama ng herbed olive oil.

50. Fouée

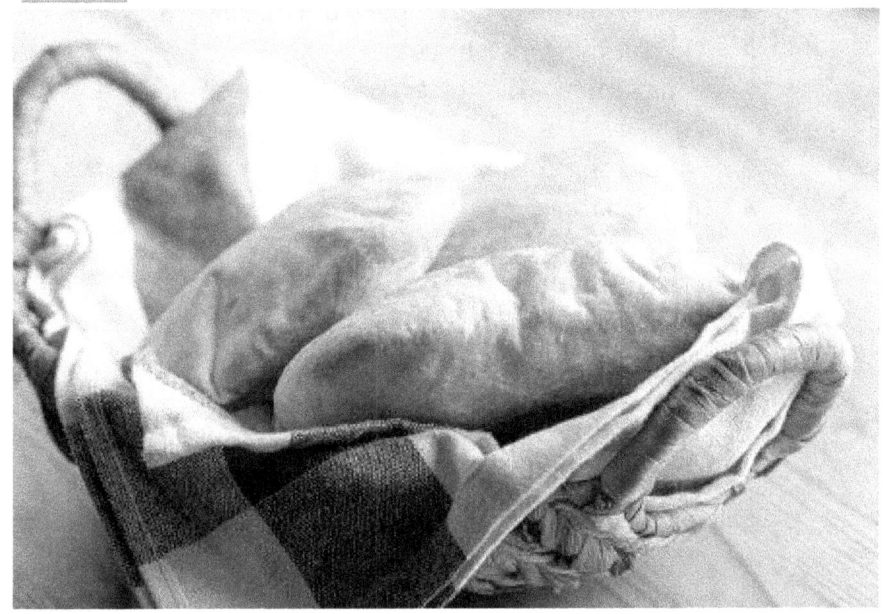

MGA INGREDIENTS:
- 1½ tasa ng tubig, sa temperatura ng kuwarto
- 2 kutsarita ng instant yeast
- 5 tasa minus 1½ kutsarang all-purpose na harina (o T55 na harina)
- 1 kutsarang kosher salt
- Langis, para sa pagpapadulas ng baking sheet

MGA TAGUBILIN:
a) Gawin ang kuwarta: Sa isang mangkok, pagsamahin ang tubig at lebadura, pagkatapos ay ihalo ang harina at asin. Masahin gamit ang kamay sa loob ng 6 hanggang 8 minuto (o 4 hanggang 6 na minuto sa isang stand mixer sa mababang bilis) hanggang sa maayos at makinis. Kung nagtatrabaho sa isang panghalo, maaaring kailanganin mong tapusin ang kuwarta sa pamamagitan ng kamay, dahil ito ay medyo mabigat. Takpan ng tuwalya o plastic wrap, at itabi ng 1 oras o hanggang dumoble ang laki. Mag-iiba ito depende sa temperatura ng iyong kusina.

b) Hugis at maghurno: Bahagyang harina ang iyong bangko at gumamit ng plastic bench scraper upang palabasin ang kuwarta mula sa mangkok. Gumamit ng metal bench scraper para hatiin sa 8 pantay na piraso, mga 115 gramo bawat isa.

c) Gamit ang iyong mga daliri, hilahin ang mga gilid ng isang piraso ng kuwarta papasok, iikot ang kuwarta nang pakanan hanggang ang lahat ng mga gilid ay nakatiklop sa gitna.

d) Kurutin nang bahagya upang madikit. Dapat mong makita ang mga fold ng dough meeting sa gitna, na lumilikha ng isang tahi. (Mag-ingat na huwag masahin ang kuwarta o i-deflate ito nang masyadong agresibo.)

e) I-flip ang bawat pag-ikot. Itaas ang parehong mga kamay sa paligid ng base, at gamit ang mahigpit na pagkakahawak ng mesa, hilahin ang pag-ikot patungo sa iyo, paikutin habang lumalakad ka, upang higpitan ang tahi. Ulitin sa natitirang mga round. Takpan ng tuwalya at magpahinga ng 5 hanggang 10 minuto.

f) Maglipat ng 4 na round sa isang maliit na plato, takpan ng tuwalya o plastic wrap, at ilipat sa refrigerator. Takpan ang natitirang mga round at magpahinga ng 5 hanggang 10 minuto.

g) Painitin muna ang oven sa 475°F. Maglagay ng baking stone o may langis na heavy baking sheet sa gitnang rack ng oven.

h) Alisan ng alikabok ang iyong bangko ng harina at igulong ang 4 na hindi pa pinapalamig na mga bilog na masa sa ¼-pulgada ang kapal na mga bilog. Maging tumpak tungkol sa kapal: Ang masa na masyadong makapal ay hindi pumuputok, at ang mga masyadong manipis ay magiging crackers. Kung ang kuwarta ay lumiliit habang ikaw ay gumugulong, takpan ito, magpahinga ng karagdagang 10 minuto, pagkatapos ay subukang muli.

i) Patunay, walang takip, sa loob ng 15 hanggang 20 minuto o hanggang bahagyang pumutok. Pansamantala, ilunsad ang 4 na pinalamig na bilog.

j) Mabilis at malumanay na ilagay ang unang 4 na piraso sa baking stone o baking sheet, na may pagitan ng hindi bababa sa 2 pulgada. Maghurno ng 8 hanggang 10 minuto, hanggang puffed at bahagyang ginintuang kayumanggi sa mga spot.

k) Alisin mula sa oven, ilagay sa isang cooling rack, at lutuin ang natitirang mga piraso kapag bahagyang pumutok ang mga ito at nagpahinga ng 15 hanggang 20 minuto.

l) Palamigin ng 5 hanggang 10 minuto bago hatiin at punan.

51. Fougasse

MGA INGREDIENTS:
- 1¾ tasa ng tubig, sa temperatura ng kuwarto, hinati
- 2 kutsarita ng instant yeast, hinati
- 5 tasa na binawasan ng 1½ kutsarang harina ng tinapay (o T55 na harina), hinati
- 2 kutsarang langis ng oliba, at higit pa para sa pag-ambon
- 1 kutsarang kosher salt, dagdag pa para sa pagwiwisik

MGA TAGUBILIN:
a) Gumawa ng pâte fermentée: Sa isang mangkok, haluin ang ½ tasa ng tubig na may isang kurot ng lebadura. Magdagdag ng 1¼ tasa ng harina at 1 kutsarita ng asin. Haluin hanggang sa mabuo ang masa. Ilagay ang kuwarta sa iyong bangko at masahin hanggang sa maayos na pinagsama, 1 hanggang 2 minuto. Ang timpla ay magiging malagkit. Ibalik ang kuwarta sa mangkok, takpan ng tuwalya, at itabi sa loob ng 2 hanggang 4 na oras sa temperatura ng silid o palamigin nang magdamag. Dapat itong doble sa laki.

b) Gawin ang kuwarta: Idagdag ang natitirang 1¼ tasa ng tubig at natitirang lebadura sa pâte fermentée, gamit ang iyong mga daliri upang hatiin ang kuwarta sa likido. Idagdag ang natitirang 3⅔ tasa ng harina, ang mantika, at ang natitirang 2 kutsarita ng asin at ihalo hanggang sa mabuo ang isang malabo na masa, mga 1 minuto.

c) Ilagay ang kuwarta sa isang malinis na bangko at masahin ng 8 hanggang 10 minuto hanggang sa makinis, nababanat, at malambot. Kung ikaw ay nagmamasa sa pamamagitan ng kamay, pigilan ang pagnanais na magdagdag ng higit pang harina; ang kuwarta ay natural na magiging hindi gaanong malagkit habang ginagawa mo ito.

d) Iunat ang kuwarta upang suriin ang tamang pag-unlad ng gluten. Kung masyadong mabilis itong mapunit at magaspang ang pakiramdam, ipagpatuloy ang pagmamasa hanggang makinis at malambot.

e) Kung nagmamasa sa pamamagitan ng kamay, ibalik ang kuwarta sa mangkok. Takpan ng tuwalya at itabi ng 1 oras o hanggang dumoble ang laki.

f) Hugis at maghurno: Bahagyang harina ang iyong bangko at gumamit ng plastic bench scraper upang palabasin ang kuwarta mula sa mangkok. Gumamit ng metal bench scraper upang hatiin ang kuwarta sa 4 na pantay na seksyon (mga 250 gramo bawat isa). Takpan ng tuwalya at magpahinga ng 5 hanggang 10 minuto. Linya ang dalawang baking sheet na may parchment paper.

g) Alikabok ang mga bola ng harina at patagin ang bawat isa sa isang magaspang na hugis-itlog na mahigit ¼ pulgada ang kapal, gamit muna ang iyong mga daliri at pagkatapos ay isang rolling pin, kung ninanais.

h) Gumamit ng paring knife na hawak sa 45-degree na anggulo upang gupitin ang mga pandekorasyon na linya sa kuwarta. Siguraduhing pinutol mo ang lahat ng paraan sa masa, at ihiwalay ang mga hiwa nang hindi bababa sa ½ pulgada.

i) Dahan-dahang maglipat ng dalawang tinapay sa bawat inihandang baking sheet, i-space ang mga ito ng ilang pulgada ang pagitan. Iunat ang mga ito nang malumanay upang matiyak na ang mga hiwa ay mananatiling bukas habang nagluluto.

j) Takpan ang mga tinapay gamit ang mga tuwalya at itabi sa patunay sa loob ng 30 hanggang 45 minuto o hanggang marshmallow-y ang texture. Kung sundutin mo ang kuwarta, dapat itong bumulong nang bahagya, na nag-iiwan ng isang indent. Pagkatapos ng 15 minutong pag-proofing, painitin muna ang oven sa 475°F.

k) Kapag handa na ang mga tinapay, ilagay ang mga baking sheet sa oven. Budburan ng tubig ang mga tinapay 4 o 5 beses, at isara ang pinto.

l) Mag-spray muli pagkatapos ng 3 minuto ng pagluluto, at muli pagkatapos ng isa pang 3 minuto, gumana nang mabilis upang hindi mawala ang init ng oven. Maghurno ng 18 hanggang 20 minuto sa kabuuan, hanggang ang mga tinapay ay maging malalim na ginintuang kayumanggi, paikutin ang posisyon ng mga tray sa kalahati ng pagluluto para sa pantay na browning.

m) Alisin ang mga tray mula sa oven at itabi upang bahagyang lumamig.

n) Budburan ng olive oil at budburan ng asin bago ihain.

52. Fougasse à l'Ail

MGA INGREDIENTS:
- 2 tasang Tinapay na harina
- 1 malaking kutsarang lebadura
- 1½ tasa ng maligamgam na tubig
- Sea salt para palamuti
- 1½ kilo ng harina
- 1½ kutsarang Asin
- 100 ML Langis ng oliba
- 1 kutsarang Yeast
- 1 kutsarang tinadtad na sariwang bawang
- 1 tasa ng maligamgam na tubig; (tinatayang)

MGA TAGUBILIN:

a) Upang gawin ang starter, paghaluin ang harina, lebadura at tubig hanggang sa ang timpla ay maging katulad ng isang semi-makapal na batter. Hayaang mapatunayang sakop sa isang non-reactive na mangkok nang hanggang 3 araw upang magkaroon ng magagandang mature na lasa.

b) Paghaluin ang starter, harina, asin, lebadura, bawang at kalahati ng mantika na may humigit-kumulang 1 tasa ng maligamgam na tubig upang makagawa ng malambot na kuwarta.

c) Masahin sa ibabaw ng harina hanggang sa maging malasutla ang masa, magdagdag ng harina kung kinakailangan hanggang sa hindi na malagkit ang masa.

d) Hayaang tumaas ang masa sa isang mangkok na may langis hanggang sa doble, mga 2 oras.

e) Hatiin ang kuwarta sa 6 o 8 piraso at tapik sa hugis-itlog na mga 2cm. makapal. Gamit ang isang matalim na kutsilyo, gupitin ang mga diagonal na hiwa sa kuwarta at pagkatapos ay dahan-dahang iunat upang buksan ang mga butas. Brush na may flavored oil na gusto mo at budburan ng sea salt.

f) Hayaang tumaas ng 20 minuto pagkatapos ay i-bake sa 225c. para sa 15-20 minuto, pag-spray ng tubig nang dalawang beses sa panahon ng pagluluto.

g) Alisin mula sa oven at magsipilyo muli ng langis ng oliba.

53. Fougasse Au Romarin

MGA INGREDIENTS:
- ½ Batch na Crusty Bread
- 3 kutsarang sariwang rosemary, tinadtad

MGA TAGUBILIN:

a) Paghaluin ang kuwarta.

b) Matapos ang unang pagtaas ng kuwarta sa loob ng 1½ hanggang 2 oras, maaari itong hugis ng fougasse. Ilagay ang kuwarta sa isang bahagyang natabunan ng harina at i-pat ito sa isang mahabang makitid na parihaba. Pagwiwisik ng isang layer ng tinadtad na rosemary sa ibabaw ng kuwarta bilang maingat na takpan din ang mga gilid.

c) Tiklupin ang kuwarta sa pangatlo tulad ng isang liham pangnegosyo, ang pangatlo sa itaas sa gitna ng kuwarta, pagkatapos ay ang pangatlo sa ibaba sa ibabaw nito, ganap na magkakapatong ang dalawa. Pindutin nang mahigpit ang 3 bukas na gilid ng fougasse.

d) Takpan ng mabuti ang tinapay gamit ang plastic wrap at hayaang tumaas hanggang dumoble nang maramihan, mga 1 hanggang 2 oras.

e) Tatlumpung minuto bago mag-bake, painitin muna ang oven sa 475 degrees F. Maglagay ng baking stone sa oven para magpainit at maglagay ng oven rack sa ibaba lang ng bato.

f) Budburan ng cornmeal ang isang balat o nakabaligtad na baking sheet at ilagay ang fougasse sa itaas, bahagyang iunat ito upang maging parisukat.

g) Gupitin ang isang pandekorasyon na pattern, tulad ng isang dahon o isang hagdan, sa kuwarta gamit ang isang pamutol ng kuwarta. Ikalat at iunat ang tinapay hanggang ang mga hiwa ay bumuo ng malalaking butas.

h) Siguraduhin na ang fougasse ay lumuwag mula sa alisan ng balat, pagkatapos ay maingat na i-slide ito sa baking stone. Gamit ang sprayer ng halaman, mabilis na ambon ang tinapay ng tubig 8 hanggang 10 beses, pagkatapos ay mabilis na isara ang pinto ng oven. Ambon muli pagkatapos ng 1 minuto. Pagkatapos ay ambon muli pagkalipas ng 1 minuto.

i) Maghurno ng humigit-kumulang 10 minuto, pagkatapos ay bawasan ang temperatura sa 450 degrees at maghurno ng 15 minuto na mas mahaba o hanggang sa ang tinapay ay tumunog ng bahagyang guwang kapag tinapik sa ilalim at ang crust ay medium hanggang dark brown.

j) Ilipat ang tinapay sa isang rack upang palamig nang hindi bababa sa 30 minuto bago ihain.

54.Pain De Campagne

MGA INGREDIENTS:
- ¼ tasa Sourdough Starter o pâte fermentée (dito)
- 1¼ tasa ng tubig, sa temperatura ng kuwarto
- 2¾ tasa kasama ang 1 kutsarang harina ng tinapay (o T55 na harina)
- ⅔ tasa ng harina ng rye (o T170 na harina)
- 1 kutsarang kosher salt

MGA TAGUBILIN:

a) Gawin ang kuwarta: Sa isang medium na mangkok, haluin ang sourdough starter, tubig, harina ng tinapay, at harina ng rye. Magdagdag ng asin at haluin hanggang sa mabuo ang masa.

b) Ilagay ang kuwarta sa isang malinis na bangko at masahin ng 8 hanggang 10 minuto hanggang sa makinis, nababanat, at malambot. Kung ikaw ay nagmamasa sa pamamagitan ng kamay, pigilan ang pagnanais na magdagdag ng higit pang harina; ang kuwarta ay natural na magiging hindi gaanong malagkit habang ginagawa mo ito.

c) Iunat ang kuwarta upang suriin ang tamang pag-unlad ng gluten. Kung masyadong mabilis itong mapunit at parang magaspang ang texture, ipagpatuloy ang pagmamasa hanggang sa makinis at malambot ang texture.

d) Kung nagmamasa sa pamamagitan ng kamay, ibalik ang kuwarta sa mangkok. Takpan ng tuwalya at itabi ng 1 hanggang 3 oras o hanggang dumoble ang laki.

e) Flour isang banneton o mangkok na nilagyan ng tuwalya. Bahagyang harina ang iyong bangko at gumamit ng plastic bench scraper upang palabasin ang kuwarta mula sa mangkok.

f) Gamit ang iyong mga daliri, hilahin ang mga gilid ng kuwarta papasok, iikot ang kuwarta nang pakanan hanggang ang lahat ng mga gilid ay nakatiklop sa gitna. Kurutin nang bahagya upang madikit. Dapat mong makita ang mga fold ng dough meeting sa gitna, na lumilikha ng isang tahi. I-flip ang kuwarta.

g) Flour ang makinis na tuktok ng kuwarta, at ilagay ang bilog, pinagtahian sa gilid, sa inihandang basket. Para sa isang tinapay na may ringed pattern, alisin ang liner mula sa proofing basket at harina bago ilagay ang kuwarta sa loob.

h) Takpan ng tuwalya at itabi sa patunay sa loob ng 1 hanggang 1½ oras hanggang sa magaan ang texture at dumoble ang volume. Kung sundutin mo ang kuwarta, dapat itong bumulong nang bahagya, na nag-iiwan ng isang indent.

i) Pagkatapos ng 30 minutong pag-proofing, painitin muna ang oven sa 475°F gamit ang baking stone, baking sheet, o Dutch oven (na may takip) sa loob para uminit habang umiinit ang oven.

j) Kapag handa na ang tinapay, dahan-dahang i-flip ito sa isang 10- hanggang 12-pulgada na parisukat ng parchment paper. Hawakan ang pilay sa 90 degrees at gamit ang mabilis at magaan na paggalaw, mag-score ng malaking X sa gitna ng tinapay, ¼ pulgada ang lalim.

k) Kung gumagamit ng baking sheet, i-flip ang proofed loaf sa isang baking sheet na nilagyan ng parchment paper at ilagay sa preheated oven. Kung gumagamit ng baking stone, i-slide ang parchment paper na may tinapay sa likod ng baking sheet, pagkatapos ay mula sa baking sheet papunta sa heated baking stone sa oven.

l) Bawasan ang temperatura ng oven sa 450°F, wiwisikan ang tinapay ng tubig 4 o 5 beses, at isara ang pinto. Mag-spray muli pagkatapos ng 3 minuto ng pagluluto, pagkatapos ay muli pagkatapos ng isa pang 3 minuto, gumagana nang mabilis sa bawat oras upang hindi mawala ang init ng oven.

m) Maghurno ng 25 hanggang 30 minuto sa kabuuan, hanggang sa ang crust ay maging malalim na ginintuang kayumanggi at ang temperatura probe na ipinasok sa gitna ng tinapay ay nagrerehistro ng humigit-kumulang 205°F. Gamitin ang parchment paper para i-slide ang tinapay palabas ng oven at papunta sa cooling rack.

n) Kung gumagamit ng Dutch oven o cocotte: Alisin ang palayok mula sa oven, alisan ng takip ito, at ibaba ang tinapay gamit ang parchment paper.

o) Takpan at maghurno ng 20 minuto, pagkatapos ay alisin ang takip at maghurno ng karagdagang 10 hanggang 15 minuto hanggang sa ang tinapay ay maging malalim na ginintuang kayumanggi. Gamitin ang mga gilid ng parchment paper na parang lambanog upang iangat ang tinapay mula sa palayok at papunta sa isang cooling rack. (Hindi kailangang mag-sprit ng mga tinapay na ginawa sa Dutch oven o cocotte, dahil ang saradong palayok ay nagpapahintulot sa tinapay na mag-steam mismo.)

p) Hayaang umupo ang tinapay ng 15 hanggang 20 minuto bago hiwain.

55. Boule De Pain

MGA INGREDIENTS:
- 1½ tasa ng tubig, sa temperatura ng kuwarto, hinati
- 2 kutsarita ng instant yeast, hinati
- 3¾ tasa ng harina ng tinapay (o T55 na harina), hinati
- ¼ tasa ng buong harina ng trigo (o T150 na harina)
- 1 kutsarang kosher salt

MGA TAGUBILIN:
GUMAWA NG POOLISH:
a) Sa isang mangkok, paghaluin ang ¾ tasa kasama ang 2 kutsarang tubig na may isang kurot ng lebadura. Magdagdag ng 1¾ tasa ng harina ng tinapay. Haluin hanggang sa mabuo ang isang makinis na paste. Takpan ng tuwalya at itabi sa loob ng 2 hanggang 4 na oras sa temperatura ng kuwarto o palamigin magdamag. Dapat itong doble sa laki.

GAWIN ANG DOUGH:
b) Idagdag ang natitirang ⅔ tasa ng tubig at natitirang lebadura sa poolish, gamit ang iyong mga daliri upang hatiin ang kuwarta sa likido. Idagdag ang natitirang 2 tasa ng harina ng tinapay, ang buong harina ng trigo, at ang asin, at ihalo hanggang sa mabuo ang isang malabo na masa, mga 1 minuto. Ilabas ang kuwarta sa isang malinis na bangko at masahin ng 8 hanggang 10 minuto hanggang ang kuwarta ay makinis, nababanat, at malambot. Kung ikaw ay nagmamasa sa pamamagitan ng kamay, pigilan ang pagnanais na magdagdag ng higit pang harina; ang kuwarta ay natural na magiging hindi gaanong malagkit habang ginagawa mo ito.

c) Iunat ang kuwarta upang suriin ang tamang pag-unlad ng gluten. Kung masyadong mabilis itong mapunit at magaspang ang pakiramdam, ipagpatuloy ang pagmamasa hanggang makinis at malambot.

d) Kung nagmamasa sa pamamagitan ng kamay, ibalik ang kuwarta sa mangkok. Takpan ng tuwalya at itabi ng 1 oras o hanggang dumoble ang laki.

e) Hugis at i-bake: Flour isang banneton shaping basket o isang mangkok na nilagyan ng tuwalya. Bahagyang harina ang iyong bangko at gumamit ng plastic bench scraper upang palabasin ang kuwarta mula sa mangkok.

f) Gamit ang iyong mga daliri, hilahin ang mga gilid ng kuwarta papasok, iikot ang kuwarta nang pakanan hanggang ang lahat ng mga gilid ay nakatiklop sa gitna. Kurutin nang bahagya upang madikit. Dapat mong makita ang mga fold ng dough meeting sa gitna, na lumilikha ng isang tahi.

g) I-flip ang kuwarta. Itaas ang parehong mga kamay sa paligid ng base, at gamit ang mahigpit na pagkakahawak ng mesa, hilahin ang pag-ikot patungo sa iyo, paikutin habang lumalakad ka, upang higpitan ang tahi. Floring ang makinis na tuktok at ilagay ang bilog, pinagtahian sa gilid, sa inihandang basket o mangkok.

h) Takpan ng tuwalya at itabi sa patunay sa loob ng 1 hanggang 1½ oras, hanggang sa magaan ang texture at dumoble ang volume. Kung sundutin mo ang kuwarta, dapat itong bumulong nang bahagya, na nag-iiwan ng isang indent. Pagkatapos ng 30 minuto ng pagpapatunay,

i) Painitin muna ang oven sa 475°F na may baking stone, baking sheet, o Dutch oven sa loob para uminit habang umiinit ang oven.

j) Kapag handa na ang tinapay, dahan-dahang i-flip ito sa isang 10- hanggang 12-pulgada na parisukat ng parchment paper. Gumamit ng pilay o labaha upang mag-iskor ng dekorasyon, gamit ang mabilis at magaan na paggalaw.

k) I-slide ang proofed loaf sa parchment paper sa isang baking sheet at ilagay sa preheated oven. Kung gumagamit ng baking stone, i-slide ang parchment paper na may tinapay sa likod ng baking sheet, pagkatapos ay mula sa baking sheet papunta sa heated baking stone sa oven. (Kung gumagamit ng Dutch oven, lumaktaw sa hakbang 12.)

l) Bawasan ang temperatura ng oven sa 450°F, wiwisikan ang tinapay ng tubig 4 o 5 beses, at isara ang pinto. Mag-spray muli pagkatapos ng 3 minuto ng pagluluto, at muli pagkatapos ng isa pang 3 minuto, gumana nang mabilis sa bawat oras upang hindi mawala ang init ng oven. Maghurno ng 25 hanggang 30 minuto sa kabuuan hanggang sa ang crust ay maging malalim na ginintuang kayumanggi at ang temperatura probe na ipinasok sa gitna ng tinapay ay nagrerehistro ng humigit-kumulang 200°F. (Gusto kong suriin ang temperatura sa pamamagitan ng pagpasok ng probe sa gilid ng tinapay, sa halip na sa itaas, upang ang butas ay maingat.) I-slide ang tinapay sa isang cooling rack.

m) Kung gumagamit ka ng Dutch oven, alisin ang palayok mula sa oven, alisan ng takip ito, at ibaba ang tinapay sa loob gamit ang parchment paper. Takpan at maghurno sa loob ng 20 minuto, pagkatapos ay alisin ang takip at maghurno ng karagdagang 10 hanggang 15 minuto hanggang ang tinapay ay maging malalim na ginintuang kayumanggi at ang temperatura ay magrerehistro ng mga 200°F. Gamitin ang mga gilid ng parchment paper na parang lambanog upang iangat ang tinapay mula sa palayok at papunta sa isang cooling rack.

n) Hayaang lumamig ang tinapay sa loob ng 15 hanggang 20 minuto bago hiwain.

56. La Petite Boule De Pain

MGA INGREDIENTS:
- 7 tasang Bread Flour
- ¾ tasa Hard Red Flour
- ¾ tasa Spelled Flour
- 2¾ tasa ng Tubig
- 1 ¾ kutsarang Asin
- 1 ½ kutsarita ng Lebadura
- 2 ½ kutsarita ng Asukal
- ⅓ tasa ng flaxseeds, sesame, o pumpkin seed

MGA TAGUBILIN:

a) Una kailangan mong simulan ang iyong lebadura, upang magawa iyon, gumamit ka ng isang mataas na tasa ng pagsukat kung saan mo ilalagay ang iyong asukal at ang iyong dehydrated yeast, mahina sa 65 º C at ihalo sa isang kutsara hanggang sa matunaw ang lahat, pagkatapos ay hayaan itong umupo sa loob ng 10 minuto hanggang sa magmukhang ganito.

b) Timbangin ang iyong harina at asin at ilagay ang mga ito sa iyong countertop, mag-ingat na magkaroon ng humigit-kumulang sa parehong halaga sa lahat ng dako habang ikaw ay magwawakas ng likido sa loob at hindi mo nais na may bukas saanman kung hindi man ikaw ay nasa problema.

c) Paghaluin ang iyong mga daliri sa pamamagitan ng paikot-ikot na pagsasama ng dahan-dahang harina sa gilid hanggang sa magkaroon ka ng magandang masa.

d) Kapag mayroon kang magandang kuwarta, gusto mong gawin ito sa loob ng 5 minuto gamit ang iyong kamay, sinusubukang bumuo ng gluten sa loob. Sa dulo nito, idagdag ang butil na iyong pinili

e) Kapag nagawa mo na iyon, patunayan ang iyong kuwarta sa isang mangkok na natatakpan ng basang tuwalya sa loob ng 2 hanggang 3 oras sa iyong oven.

f) Huwag magkaroon ng isang proofer, pagkatapos ito ay napaka-simple, gamitin ang iyong gas o electric oven, mag-set up ng isang mangkok ng maligamgam na tubig sa ibaba at i-on ang iyong oven sa anumang temperatura sa loob ng mga 3 minuto at i-off ito.

g) Kapag napatunayan na ito, ilagay ito sa iyong counter top na may napakakaunting halaga ng harina at huwag masahin ito, patagin lamang ito at tiklupin ang kuwarta, dapat itong maging medyo nababanat kaya kumuha ng isang dulo, ang hilagang dulo ng kuwarta at dalhin patungo sa sa Timog, gawin ang parehong para sa lahat ng sulok ng ilang beses, pagkatapos ay i-flip ito at bilugan ang "boule".

h) Ang pagtitiklop ay kung ano ang magbibigay sa tinapay ng lakas na bumangon. Kapag nabaligtad mo na ito, hayaan itong patunayan muli sa temperatura ng kuwarto sa countertop nang halos isang oras gamit ang basang tuwalya.

i) Bago ang tanda ng oras, painitin ang iyong oven sa 225 º C at ilagay sa iyong cast iron pan o isang mabigat na oven-proof na palayok na may masikip na takip na walang takip, kakailanganin mo ang takip kapag nakapasok na ang tinapay.

j) I-iskor nang dalawang beses ang itaas gamit ang razor blade o isang matalim na kutsilyo at harina ang tuktok (na magbibigay ito ng magandang texture sa itaas) pagkatapos gamit ang iyong kamay, kunin ang kuwarta at ilagay ito sa iyong mabigat na oven proof pot na may takip nang humigit-kumulang. 20 minuto.

k) Pagkatapos ng unang 20 minutong iyon, ibaba ang temperatura sa 200 º C at i-bake itong muli para sa isa pang 20 minuto nang walang takip.

l) Pagkatapos ng 40 minutong iyon, ilabas ito sa oven at alisin ito sa iyong palayok at palamigin ito sa isang rack at naroon na.

m) Upang mapanatili ang iyong tinapay nang mas matagal, mayroon kang ilang mga pagpipilian, pagkatapos ng isang araw, maaari mo itong hiwain at i-freeze, sa isang zip lock o maaari mo itong panatilihing buo ngunit kailangan mong balot ito sa isang tuwalya tuwing tapos mo itong gamitin. ito ay tatagal ng 3 araw tulad nito.

n) Kung gusto mo ng mga tinapay na medyo hindi gaanong siksik, doblehin ang lebadura at hayaang magpahinga nang mas matagal ang masa. Sa aming pamilya, gusto namin ang siksik na tinapay :-)

57. Kumpleto ang Sakit

MGA INGREDIENTS:
- ¾ tasa ng tubig, sa temperatura ng kuwarto, hinati
- 2 kutsarang pulot
- 1½ kutsarita ng instant yeast, hinati
- 2¼ tasa ng buong harina ng trigo (o T150 na harina), hinati
- 1½ kutsarita kosher salt

MGA TAGUBILIN:

a) Gumawa ng poolish: Sa isang katamtamang mangkok, haluin ang ½ tasa ng tubig, ang pulot, at isang kurot ng lebadura, pagkatapos ay isang 1 tasa ng harina. Haluin hanggang sa mabuo ang isang makapal na paste. Takpan ng tuwalya at itabi sa loob ng 2 hanggang 4 na oras sa temperatura ng kuwarto o palamigin magdamag. Dapat itong doble sa laki.

b) Gawin ang kuwarta: Idagdag ang natitirang ¼ tasa ng tubig at natitirang lebadura sa gusto, gamit ang iyong mga daliri upang hatiin ang kuwarta sa likido. Idagdag ang natitirang 1¼ tasa ng harina at asin, at haluin hanggang sa mabuo ang isang malabo na masa, mga 1 minuto. Ilabas ang kuwarta sa isang malinis na bangko at masahin ng 8 hanggang 10 minuto (o ilipat sa isang stand mixer at masahin ng 6 hanggang 8 minuto sa mababang bilis) hanggang sa makinis, nababanat, at malambot. Kung ikaw ay nagmamasa sa pamamagitan ng kamay, pigilan ang pagnanais na magdagdag ng higit pang harina; ang kuwarta ay natural na magiging hindi gaanong malagkit habang ginagawa mo ito. Kung nagmamasa sa pamamagitan ng kamay, ibalik ang kuwarta sa mangkok. Takpan ng tuwalya at itabi ng 1 oras o hanggang dumoble ang laki.

c) Hugis at maghurno: Bahagyang harina ang iyong bangko at gumamit ng plastic bench scraper upang palabasin ang kuwarta mula sa mangkok.

d) Gamit ang iyong mga daliri, hilahin ang mga gilid ng kuwarta papasok, iikot ang kuwarta nang pakanan hanggang ang lahat ng mga gilid ay nakatiklop sa gitna. Kurutin nang bahagya upang madikit.

e) Dapat mong makita ang mga fold ng dough meeting sa gitna, na lumilikha ng isang tahi.

f) I-flip ang kuwarta. Itaas ang dalawang kamay sa paligid ng base at, gamit ang mahigpit na pagkakahawak ng mesa, hilahin ang pag-ikot patungo sa iyo, paikutin habang lumalakad ka, upang higpitan ang tahi. Takpan ng tuwalya at magpahinga ng 5 hanggang 10 minuto.

g) Gamitin ang iyong mga daliri upang dahan-dahang pindutin ang bilog sa isang magaspang na hugis-itlog. Tiklupin ang tuktok na ikatlong bahagi ng kuwarta patungo sa iyo at pindutin nang bahagya sa kahabaan ng tahi upang dumikit. Igulong muli ang kuwarta patungo sa iyo, upang lumikha ng isang log, gamit ang takong ng iyong kamay o ang iyong mga daliri upang i-seal ang tahi. Siguraduhin na ang iyong bangko ay bahagyang harina. Hindi mo gusto ang labis na presyon sa kuwarta, ngunit hindi mo nais na ang kuwarta ay dumulas sa halip na gumulong. Kung dumulas ang kuwarta, alisin ang labis na harina at basain nang bahagya ang iyong mga kamay.

h) Dahan-dahang i-flip ang kuwarta upang ang tahi ay nasa ilalim, at gamitin ang iyong mga kamay upang ibato ang mga dulo ng tinapay pabalik-balik upang lumikha ng hugis ng football.

i) Pagkatapos ay iangat ang iyong mga kamay mula sa gitna ng tinapay patungo sa mga gilid upang bahagyang pahabain ito hanggang mga 8 pulgada ang haba. Ilipat sa isang baking sheet na nilagyan ng parchment paper.

j) Takpan ang kuwarta gamit ang isang tuwalya at itabi ng halos 1 oras, hanggang sa magkaroon ito ng marshmallow-y texture. Kung sundutin mo ang kuwarta, dapat itong bumulong nang bahagya, na nag-iiwan ng isang indent. Pagkatapos ng 30 minutong pag-proofing, painitin muna ang oven sa 450°F.

k) Kapag handa nang maghurno ang tinapay, hawakan ang pilay sa 30-degree na anggulo at pandekorasyon na puntos, gamit ang mabilis at magaan na paggalaw upang lumikha ng mga parallel na diagonal na linya pababa sa haba ng tinapay.

l) Ilagay ang baking sheet sa oven, wiwisikan ang tinapay ng tubig 4 o 5 beses, at isara ang pinto. Mag-spray muli pagkatapos ng 3 minuto ng pagluluto, at muli pagkatapos ng isa pang 3 minuto, gumana nang mabilis upang hindi mawala ang init ng oven. Maghurno ng 20 hanggang 25 minuto sa kabuuan, hanggang ang tinapay ay maging malalim na ginintuang kayumanggi at ang panloob na temperatura ay magrerehistro ng mga 200°F.

m) Ilipat ang tinapay sa isang cooling rack sa loob ng 15 hanggang 20 minuto bago hiwain.

58.Sakit Aux Noix

MGA INGREDIENTS:
- 1½ tasa ng tubig, sa temperatura ng silid
- 3 kutsarang pulot
- 2 kutsarita ng instant yeast
- 2⅔ tasa ng buong harina ng trigo (o T150 na harina)
- 1½ tasa ng harina ng tinapay (o T55 na harina)
- 1 kutsarang kosher salt
- 1½ tasa halos tinadtad na mga walnut

MGA TAGUBILIN:

a) Gawin ang kuwarta: Sa isang katamtamang mangkok, haluin ang tubig, pulot, at lebadura. Idagdag ang buong trigo at mga harina ng tinapay at asin. Haluin hanggang sa mabuo ang masa. Ilagay ang kuwarta sa isang malinis na bangko at masahin ng 8 hanggang 10 minuto (o ilipat sa isang stand mixer at masahin ng 6 hanggang 8 minuto sa mababang bilis) hanggang sa makinis, nababanat, at malambot. Iunat ang kuwarta upang suriin ang tamang pag-unlad ng gluten. Kung masyadong mabilis itong mapunit at magaspang ang pakiramdam, ipagpatuloy ang pagmamasa hanggang makinis at malambot. Masahin ang mga walnuts.

b) Kung nagmamasa sa pamamagitan ng kamay, ibalik ang kuwarta sa mangkok. Takpan ng tuwalya at itabi ng 1 oras o hanggang dumoble ang laki. (Mag-iiba ang timing na ito, depende sa temperatura ng iyong kusina.)

c) Bahagyang harina ang iyong bangko at gumamit ng plastic bench scraper upang palabasin ang kuwarta mula sa mangkok. Hatiin ang kuwarta sa dalawa, gamit ang isang sukatan upang matiyak ang pantay na timbang, kung mayroon kang isa.

d) Gamit ang iyong mga daliri, hilahin ang mga gilid ng isang piraso ng kuwarta papasok, iikot ang kuwarta nang pakanan hanggang ang lahat ng mga gilid ay nakatiklop sa gitna. Kurutin nang bahagya upang madikit. Dapat mong makita ang mga fold ng dough meeting sa gitna, na lumilikha ng isang tahi. (Mag-ingat na huwag masahin ang kuwarta o i-deflate ito nang masyadong agresibo.) I-flip ang pag-ikot. Itaas ang dalawang kamay sa paligid ng base at, gamit ang mahigpit na pagkakahawak ng mesa, hilahin ang pag-ikot patungo sa iyo, paikutin habang lumalakad ka, upang higpitan ang tahi. Ulitin sa natitirang round. Takpan ng tuwalya at magpahinga ng 5 hanggang 10 minuto.

e) Paggawa gamit ang isang round sa isang pagkakataon, dahan-dahang pindutin ito sa isang magaspang na hugis-itlog. Tiklupin ang tuktok na ikatlong bahagi ng kuwarta patungo sa iyo at pindutin nang bahagya sa kahabaan ng tahi upang dumikit. Igulong muli ang kuwarta patungo sa iyo upang lumikha ng isang log, gamit ang takong ng iyong kamay o ang iyong mga daliri upang i-seal ang tahi.

Siguraduhin na ang iyong bangko ay bahagyang harina. Hindi mo nais ang labis na presyon sa kuwarta, ngunit hindi mo rin nais na dumulas ito sa halip na gumulong. Kung dumulas ang kuwarta, alisin ang labis na harina at basain nang bahagya ang iyong mga kamay.

f) Dahan-dahang i-flip ang kuwarta upang ang tahi ay nasa ilalim, at gamitin ang iyong mga kamay upang ibato ang mga dulo ng tinapay pabalik-balik upang lumikha ng hugis ng football.

g) Pagkatapos ay iangat ang iyong mga kamay mula sa gitna ng bawat tinapay patungo sa mga gilid upang bahagyang pahabain ang mga ito, hanggang sa sila ay 8 hanggang 10 pulgada ang haba. Ilipat ang parehong mga tinapay sa isang baking sheet na nilagyan ng parchment paper, na may pagitan ng hindi bababa sa ilang pulgada.

h) Takpan ng tuwalya at itabi sa patunay ng mga 1 oras o hanggang marshmallow-y ang texture. Kung sundutin mo ang kuwarta, dapat itong bumulong nang bahagya, na nag-iiwan ng isang indent. Pagkatapos ng 30 minutong pag-proofing, painitin muna ang oven sa 450°F.

i) Kapag handa nang maghurno ang mga tinapay, hawakan ang pilay sa 30-degree na anggulo at pandekorasyon na puntos, gamit ang mabilis at magaan na paggalaw upang lumikha ng 2 o 3 parallel na diagonal na linya pababa sa haba ng tinapay.

j) Ilagay ang baking sheet sa oven, iwiwisik ng tubig 4 o 5 beses, at isara ang pinto. Mag-spray muli pagkatapos ng 3 minuto ng pagluluto, at muli pagkatapos ng isa pang 3 minuto, gumana nang mabilis upang hindi mawala ang init ng oven. Maghurno ng 20 hanggang 25 minuto sa kabuuan, hanggang ang mga tinapay ay maging malalim na ginintuang kayumanggi at ang panloob na temperatura ay magrerehistro ng mga 190°F.

k) Ilipat ang mga tinapay sa isang cooling rack sa loob ng 15 hanggang 20 minuto bago hiwain.

59. Gibassier

MGA INGREDIENTS:
- 4 tasang harina
- 10 g ng lebadura o bikarbonate
- 150 g powdered blond sugar
- 130g langis ng oliba
- 130g maligamgam na puting alak
- 1 pakurot ng asin
- 1 tasang ahit na berdeng anis
- 4 cl ng orange blossom

MGA TAGUBILIN:
a) I-dissolve ang yeast sa isang lalagyan na may kaunting maligamgam na tubig.
b) Magdagdag ng 500 g ng harina at maghukay ng fountain dito.
c) Idagdag sa gitna ang 130 g ng langis ng oliba, 150 g ng asukal, 1 kurot ng asin at 1 kutsara, at ahit na berdeng anis.
d) Idagdag ang yeast, orange blossom at ihalo ng mabuti ang kuwarta.
e) Dahan-dahang idagdag ang maligamgam na puting alak upang makakuha ng makinis na paste.
f) Hatiin ang kuwarta at bumuo ng 2 maliit na piraso ng kuwarta.
g) Igulong ang bawat piraso ng kuwarta sa isang maliit na cake na may kapal na 1 cm. Ilagay ang mga ito sa isang baking sheet na nilagyan ng parchment paper, gumawa ng 5 hiwa gamit ang isang roller o isang kutsilyo at iwanan upang magpahinga magdamag sa oven.
h) Sa susunod na araw, painitin muna ang hurno sa 180°C, budburan ng blond cane sugar at maghurno ng 25 hanggang 30 minuto.

60. Sakit Au Anak

MGA INGREDIENTS:
- 10 g sariwang lebadura ng panadero
- 150 g bran
- 250g na spelling na harina
- 50 g harina ng rye
- 1 tasang asin

MGA TAGUBILIN:
a) Sa isang mangkok, ibabad ang 100 g ng bran sa 2 dl ng tubig sa loob ng 1 oras pagkatapos ay alisan ng tubig.
b) Sa isa pang mangkok, ibuhos ang 2 harina at gumawa ng fountain. Ibuhos sa crumbled yeast, ang asin, pagkatapos ay ang bran mixture.
c) Masahin ang lahat ng 10 hanggang 15 minuto hanggang sa mabuo ang pare-parehong kuwarta. Takpan ang mangkok ng isang mamasa-masa na tela at hayaang tumaas sa isang mainit na lugar na malayo sa mga draft para sa mga 1h30.
d) Masahin ang kuwarta sa loob ng halos sampung minuto sa ibabaw ng pinagawaan ng harina pagkatapos ay hubugin ang isang pinahabang tinapay.
e) Painitin muna ang oven sa 180°C (th.6).
f) Grasa ang isang malaking amag at ihanay ito sa natitirang bran.
g) Hatiin ang batter sa molde at hayaang tumaas ng isa pang 30 minuto.
h) Maghurno ng tinapay para sa mga 50 minuto.
i) Hayaang lumamig. Unmold.

61. Faluche

MGA INGREDIENTS:
- 4 na tasang all-purpose na harina
- 10 g asin
- 10g ng asukal
- 10g aktibong dry yeast
- 300ml maligamgam na tubig
- 2 kutsarang langis ng oliba

MGA TAGUBILIN:

a) Ihanda ang yeast mixture: Sa isang maliit na mangkok, i-dissolve ang asukal at lebadura sa maligamgam na tubig. Hayaang umupo ito ng 5 minuto hanggang sa maging mabula.

b) Paghaluin ang mga tuyong sangkap Sa isang malaking mangkok ng paghahalo, pagsamahin ang harina at asin.

c) Buuin ang kuwarta: Gumawa ng isang balon sa gitna ng mga tuyong sangkap at ibuhos ang yeast mixture at olive oil. Dahan-dahang isama ang harina sa mga basang sangkap hanggang sa mabuo ang masa.

d) Masahin ang kuwarta: Ilipat ang kuwarta sa ibabaw na may harina at masahin ng 10 minuto hanggang sa maging makinis at nababanat.

e) Hayaang tumaas ang kuwarta: Ilagay ang kuwarta sa isang mangkok na may kaunting langis, takpan ito ng basang tuwalya sa kusina, at hayaang tumaas ito sa isang mainit na lugar sa loob ng 1 hanggang 2 oras hanggang sa dumoble ito sa laki.

f) Painitin at hubugin: Painitin muna ang iyong oven sa 220°C (425°F) at maglagay ng baking stone o baking sheet sa loob para uminit din. Kapag tumaas na ang kuwarta, suntok-suntok ito ng marahan at hubugin ito ng bilog o hugis-itlog na tinapay.

g) Pangwakas na pagtaas: Ilipat ang hugis na kuwarta sa isang piraso ng parchment paper. Takpan ito ng basang tuwalya sa kusina at hayaang magpahinga ng 15 minuto.

h) Maghurno: Maingat na ilipat ang parchment paper na may masa sa preheated baking stone o baking sheet. Maghurno ng 15 hanggang 20 minuto hanggang ang faluche ay maging ginintuang kayumanggi at tumunog na guwang kapag tinapik sa ibaba.

i) Palamig at mag-enjoy: Alisin ang faluche mula sa oven at hayaan itong lumamig sa wire rack. Kapag pinalamig, hiwain at ihain ayon sa gusto.

62.Sakit De Seigle

MGA INGREDIENTS:
- 1 ¾ tasa ng harina ng rye
- 2 tasang harina ng tinapay
- 2 kutsarita ng asin
- 2 kutsarita ng asukal
- 2 ¼ kutsarita ng aktibong dry yeast
- 1 ⅓ tasa ng maligamgam na tubig

MGA TAGUBILIN:
a) Sa isang malaking mangkok ng paghahalo, pagsamahin ang harina ng rye, harina ng tinapay, asin, at asukal. Haluing mabuti para pantay-pantay ang paghahati ng mga sangkap.

b) Sa isang maliit na mangkok, i-dissolve ang lebadura sa maligamgam na tubig. Hayaang umupo ito ng mga 5 minuto hanggang sa maging mabula.

c) Ibuhos ang yeast mixture sa mangkok na may mga tuyong sangkap. Haluin ang pinaghalong gamit ang isang kahoy na kutsara o ang iyong mga kamay hanggang sa mabuo ang isang malagkit na masa.

d) Ilipat ang kuwarta sa ibabaw ng harina at masahin ito ng mga 8-10 minuto hanggang sa maging makinis at elastic. Magdagdag ng karagdagang harina kung kinakailangan upang maiwasan ang pagdikit, ngunit mag-ingat na huwag magdagdag ng labis.

e) Ilagay ang kuwarta sa isang mangkok na bahagyang greased at takpan ito ng malinis na kitchen towel o plastic wrap. Hayaang tumaas ito sa isang mainit, walang draft na lugar sa loob ng humigit-kumulang 1 hanggang 1 ½ oras, o hanggang dumoble ito sa laki.

f) Kapag ang kuwarta ay tumaas, dahan-dahang i-deflate ito sa pamamagitan ng pagpindot dito gamit ang iyong mga daliri. Hugis ang kuwarta sa isang bilog na tinapay o ilagay ito sa isang greased loaf pan.

g) Takpan ang kuwarta nang maluwag gamit ang isang tuwalya sa kusina at hayaan itong tumaas para sa isa pang 30-45 minuto, o hanggang sa bahagyang pumbo.

h) Samantala, painitin muna ang iyong oven sa 220°C (425°F). Kung gumagamit ng baking stone, ilagay ito sa oven habang pinainit.

i) Kapag natapos nang tumaas ang kuwarta, alisin ang tuwalya at ilipat ang tinapay sa isang baking sheet o direkta sa preheated baking stone.

j) I-bake ang pain de seigle sa loob ng mga 35-40 minuto, o hanggang ang crust ay malalim na ginintuang kayumanggi at ang tinapay ay parang guwang kapag tinapik sa ilalim.

k) Alisin ang tinapay mula sa oven at hayaang lumamig sa wire rack bago hiwain at ihain.

l) I-enjoy ang iyong homemade pain de seigle, na may masaganang lasa at kasiya-siyang texture!

63. Miche

MGA INGREDIENTS:
- 4 tasa ng harina ng tinapay
- ¾ tasa ng buong harina ng trigo
- 2 kutsarita ng asin
- 2 ¼ kutsarita ng aktibong dry yeast
- 1 ½ tasa ng maligamgam na tubig

MGA TAGUBILIN:

a) Sa isang malaking mangkok ng paghahalo, pagsamahin ang harina ng tinapay, buong harina ng trigo, at asin. Haluing mabuti para pantay-pantay ang paghahati ng mga sangkap.

b) Sa isang maliit na mangkok, i-dissolve ang lebadura sa maligamgam na tubig. Hayaang umupo ito ng mga 5 minuto hanggang sa maging mabula.

c) Ibuhos ang yeast mixture sa mangkok na may mga tuyong sangkap. Haluin ang pinaghalong gamit ang isang kahoy na kutsara o ang iyong mga kamay hanggang sa mabuo ang isang malagkit na masa.

d) Ilipat ang kuwarta sa ibabaw ng harina at masahin ito ng mga 8-10 minuto hanggang sa maging makinis at elastic. Magdagdag ng karagdagang harina kung kinakailangan upang maiwasan ang pagdikit, ngunit mag-ingat na huwag magdagdag ng labis.

e) Ilagay ang kuwarta sa isang mangkok na bahagyang greased at takpan ito ng malinis na kitchen towel o plastic wrap. Hayaang tumaas ito sa isang mainit, walang draft na lugar sa loob ng humigit-kumulang 1 hanggang 1 ½ oras, o hanggang dumoble ito sa laki.

f) Kapag ang kuwarta ay tumaas, dahan-dahang i-deflate ito sa pamamagitan ng pagpindot dito gamit ang iyong mga daliri. Hugis ang kuwarta sa isang bilog na tinapay sa pamamagitan ng paglalagay ng mga gilid sa ilalim at pag-ikot nito sa isang pabilog na paggalaw.

g) Ilagay ang hugis na miche sa isang baking sheet na nilagyan ng parchment paper. Takpan ito nang maluwag gamit ang isang tuwalya sa kusina at hayaang tumaas ito ng isa pang 30-45 minuto, o hanggang sa bahagyang pumbo.

h) Samantala, painitin muna ang iyong oven sa 220°C (425°F) at maglagay ng mababaw na kawali ng mainit na tubig sa ilalim na rack. Ito ay lilikha ng singaw sa oven, na tumutulong upang makamit ang isang malutong na crust.

i) Kapag ang miche ay tapos na tumaas, alisin ang tuwalya at maingat na ilipat ang baking sheet sa preheated oven. Maghurno ng humigit-kumulang 35-40 minuto o hanggang ang tinapay ay maging ginintuang kayumanggi at tunog guwang kapag tinapik sa ilalim.

j) Alisin ang miche sa oven at hayaang lumamig sa wire rack bago hiwain at ihain.

TINAPAY NG ITALIAN

64. Grissini Alle Erbe

MGA INGREDIENTS:
- 1 tinapay na French bread, (8-onsa)
- 1 kutsarang Olive oil
- 1 sibuyas ng bawang, hatiin
- ¾ kutsarita ng pinatuyong oregano
- ¾ kutsarita ng pinatuyong basil
- ⅛ kutsarita ng Asin

MGA TAGUBILIN:
a) Gupitin ang tinapay sa kalahating crosswise, at gupitin ang bawat piraso nang pahalang.
b) Magpahid ng mantika nang pantay-pantay sa mga tinadtad na gilid ng tinapay; kuskusin ng bawang. Budburan ang oregano, basil, at asin sa ibabaw ng tinapay. Gupitin ang bawat piraso ng tinapay nang pahaba sa 3 stick.
c) Ilagay ang mga breadstick sa isang baking sheet; maghurno sa 300 degrees sa loob ng 25 minuto o hanggang malutong.

65. Pane Pugliese

MGA INGREDIENTS:
- 4 tasa ng harina ng tinapay
- 1 ½ kutsarita ng aktibong dry yeast
- 2 tasang mainit na tubig
- 2 kutsarita ng asin
- Extra virgin olive oil (para sa pagpapadulas)
- Cornmeal (para sa pag-aalis ng alikabok)

MGA TAGUBILIN:

a) Sa isang maliit na mangkok, i-dissolve ang yeast sa ½ tasa ng maligamgam na tubig. Hayaang umupo ito ng humigit-kumulang 5 minuto, o hanggang sa maging mabula.

b) Sa isang malaking mangkok ng paghahalo, pagsamahin ang harina ng tinapay at asin.

c) Gumawa ng isang balon sa gitna ng pinaghalong harina at ibuhos ang halo ng lebadura at ang natitirang mainit na tubig.

d) Paghaluin ang mga sangkap hanggang sa mabuo ang isang magaspang na masa.

e) Ilipat ang kuwarta sa ibabaw ng harina at masahin ito ng mga 10-15 minuto, o hanggang sa maging makinis at nababanat. Magdagdag ng kaunting harina kung kinakailangan upang maiwasan ang pagdikit.

f) Ilagay ang kuwarta sa isang mangkok na may mantika, takpan ito ng malinis na tuwalya sa kusina, at hayaang tumaas ito sa isang mainit na lugar sa loob ng mga 1-2 oras, o hanggang dumoble ang laki.

g) Painitin muna ang iyong oven sa 425°F (220°C). Kung mayroon kang baking stone, ilagay ito sa oven para uminit din.

h) Kapag ang kuwarta ay tumaas, dahan-dahang suntukin ito upang palabasin ang anumang mga bula ng hangin. Hugis ito ng bilog o hugis-itlog na tinapay.

i) Ilagay ang hugis na tinapay sa isang baking sheet o isang balat ng pizza na nilagyan ng alikabok ng mais. Pipigilan nito ang tinapay na dumikit.

j) Takpan ang tinapay gamit ang isang malinis na tuwalya sa kusina at hayaang tumaas ito ng karagdagang 30-45 minuto, o hanggang sa bahagyang pumutok.

k) Gamit ang isang matalim na kutsilyo, gumawa ng ilang mababaw na hiwa sa tuktok ng tinapay. Makakatulong ito sa pagpapalawak ng tinapay at lumikha ng magandang crust.

l) Ilipat ang tinapay sa preheated baking stone o direkta sa baking sheet kung hindi ka gumagamit ng bato.

m) Ihurno ang tinapay sa preheated oven sa loob ng mga 30-35 minuto, o hanggang sa ito ay maging ginintuang kayumanggi at tumutunog na guwang kapag tinapik sa ilalim.

n) Kapag naluto na, alisin ang Pane Pugliese sa oven at palamig ito sa wire rack.

66. Grissini

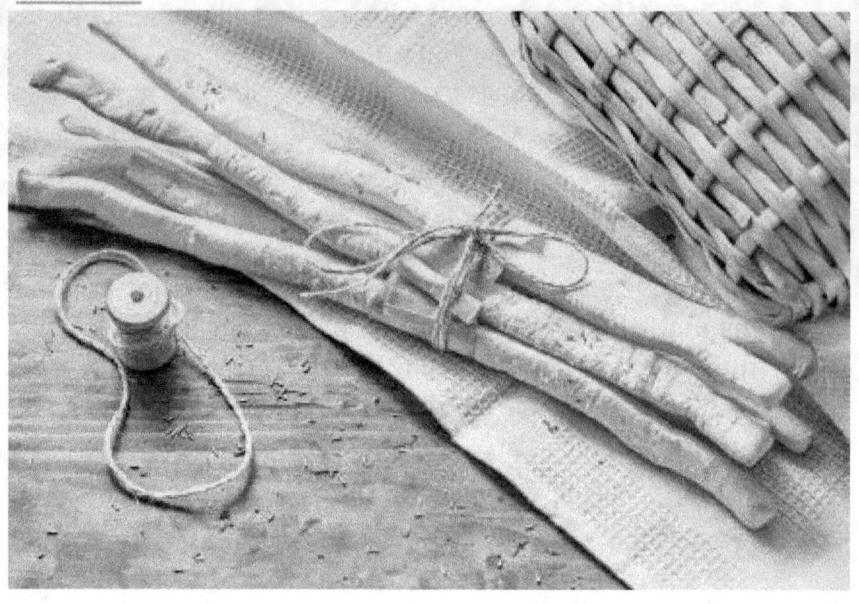

MGA INGREDIENTS:
- 2 tasang harina ng tinapay
- 1 kutsarita ng asin
- 1 kutsarita ng asukal
- 1 kutsarang langis ng oliba
- ¾ tasa ng maligamgam na tubig
- Opsyonal: sesame seeds o poppy seeds para sa pagwiwisik

MGA TAGUBILIN:

a) Sa isang mangkok ng paghahalo, pagsamahin ang harina ng tinapay, asin, at asukal. Haluing mabuti para pantay-pantay ang paghahati ng mga sangkap.

b) Gumawa ng isang balon sa gitna ng mga tuyong sangkap at ibuhos ang langis ng oliba at maligamgam na tubig.

c) Haluin ang pinaghalong gamit ang isang kahoy na kutsara o ang iyong mga kamay hanggang sa ito ay magkasama upang bumuo ng isang masa.

d) Ilipat ang kuwarta sa ibabaw ng floured at masahin ito ng mga 5-7 minuto hanggang sa maging makinis at elastic.

e) Hatiin ang kuwarta sa maliliit na bahagi. Kumuha ng isang bahagi sa isang pagkakataon at igulong ito sa isang manipis na hugis na parang lubid, mga ¼ pulgada ang lapad.

f) Gupitin ang rolled-out dough sa 8-10 inch long sticks. Maaari mong gawing mas maikli o mas mahaba ang mga ito batay sa iyong kagustuhan.

g) Ilagay ang grissini sticks sa isang baking sheet na nilagyan ng parchment paper. Mag-iwan ng ilang espasyo sa pagitan ng mga stick upang payagan silang lumawak.

h) Kung ninanais, maaari mong lagyan ng olive oil ang grissini sticks at budburan ng sesame seed o poppy seeds sa itaas para sa karagdagang lasa at texture.

i) Painitin muna ang iyong oven sa 400°F (200°C).

j) Hayaang magpahinga ang grissini sticks at tumaas nang mga 15-20 minuto.

k) I-bake ang grissini sa preheated oven nang mga 15-20 minuto o hanggang maging golden brown at malutong.

l) Kapag naluto na, alisin ang grissini sa oven at hayaang lumamig sa wire rack.

67. Pane Pita

MGA INGREDIENTS:
- 3 tasang Unbleached All-Purpose Flour
- 2 kutsarita ng instant yeast
- 2 kutsarita Easy Roll Dough Improver
- 2 kutsarita ng butil na asukal
- 1 ½ kutsarita ng asin
- 1 tasang tubig
- 2 kutsarang langis ng gulay

MGA TAGUBILIN:

a) Timbangin ang iyong harina; o ito sa pamamagitan ng malumanay na pagsandok nito sa isang tasa, pagkatapos ay pagwawalis ng anumang labis. Pagsamahin ang harina sa iba pang mga sangkap, paghahalo upang bumuo ng isang shaggy/rough dough.

b) Masahin ang kuwarta, sa pamamagitan ng kamay (10 minuto) o sa pamamagitan ng mixer (5 minuto) o sa pamamagitan ng bread machine (itakda sa ikot ng kuwarta) hanggang sa ito ay makinis.

c) Ilagay ang kuwarta sa isang mangkok na bahagyang greased, at hayaan itong magpahinga ng 1 oras; ito ay magiging medyo puffy, kahit na hindi ito doble nang maramihan. Kung gumamit ka ng bread machine, hayaan lang ang makina na kumpletuhin ang cycle nito.

d) Ilagay ang kuwarta sa isang bahagyang nilalangang ibabaw ng trabaho at hatiin ito sa 8 piraso.

68. Pane Al Farro

MGA INGREDIENTS:
- 500 g ng harina
- 300 gr ng spelling na harina (buong pagkain)
- 350ml ng tubig
- 25 gr ng olive oil (extra virgin)
- 20 g ng lebadura ng brewer (sariwa)
- 20 g ng asin
- 1 kutsarita ng barley malt (opsyonal)
- 100 gr ng buto (halo-halong)

MGA TAGUBILIN:
a) Upang ihanda ang nabaybay na tinapay, magsimula sa pamamagitan ng pagtunaw ng crumbled brewer's yeast sa kaunting tubig sa temperatura ng kuwarto.
b) Ilagay ang dalawang harina at ang barley malt sa isang mangkok at ihalo ang mga tuyong sangkap. Pagkatapos ay idagdag ang tubig kung saan mo natunaw ang lebadura at ang langis ng oliba.
c) Magdagdag ng higit pang tubig; Payo ko sa iyo na huwag dagdagan ang tubig nang sabay-sabay, maaaring hindi ito kailangan dahil maaaring tumagal pa ito, depende ito sa pagsipsip ng harina na iyong ginagamit. Pagkatapos ay simulan ang paggawa ng kuwarta gamit ang hook ng isang planetary mixer at ayusin sa pagdaragdag ng tubig, kakailanganin mong makakuha ng isang compact dough (mas compact kaysa sa pizza, wika nga). Sa dulo ng pagproseso, idagdag ang asin at masahin muli. Sa wakas ay idagdag ang pinaghalong buto at magtrabaho muli upang maipamahagi ang mga ito nang maayos sa kuwarta
d) Kumpletuhin ang pagmamasa sa pamamagitan ng kamay sa isang pastry board at bigyan ang kuwarta ng isang spherical na hugis, ilagay ito sa isang malaking mangkok na may mantika, takpan ng plastic wrap at hayaang tumaas ito sa isang nakasilong mainit-init na lugar (ang oven na nakabukas ang ilaw ay magiging maayos.). Hayaang tumaas nang hindi bababa sa 3-4 na oras o hanggang sa doble ang laki.
e) Kapag may lebadura, kunin muli ang kuwarta, i-deflate at ipasa sa pastry board, patagin at gawing 3 tiklop, ang pagtitiklop nito na

parang libro ay magbibigay ng higit na lakas sa pangalawang lebadura. Ngayon ay ayusin ang tinapay sa isang sheet ng parchment paper, na ang pagsasara ay nakaharap pababa, at ilagay ito sa isang basket upang hayaan itong tumaas sa taas.

f) Pagkaraan ng isang oras ay tumaas na ang tinapay, painitin ang oven sa 240° kasama ang baking sheet sa loob. Kapag naabot na ang tamang temperatura, ayusin ang tinapay (kasama ang lahat ng papel na parchment) nang direkta sa tray na pinainit sa oven at lutuin ang tinapay sa pinakamababang istante.

g) Upang makuha ang crunchy crust effect, maghurno ng tinapay sa 240° sa loob ng 15 minuto, pagkatapos ay ibaba ang temperatura sa 180° at ipagpatuloy ang pagluluto ng isa pang 30 minuto, sa wakas ay itaas muli ito sa 200° sa loob ng 10 minuto. Kapag handa na ang tinapay, alisin ito sa oven at ilipat ito sa wire rack upang palamig ito.

h) maglingkod

69. Focaccia

MGA INGREDIENTS:
- 2¼ kutsarita Aktibong dry yeast
- 3 tasang Tinapay na harina
- ½ kutsarita ng Asin
- ½ kutsarita ng Asukal
- 1 tasa ng Tubig; plus
- 2 kutsarang Tubig
- 1 kutsarang Olive oil
- 2 kutsara Extra virgin olive oil
- 2 kutsarita Coarse salt
- Bagong giniling na itim na paminta

MGA TAGUBILIN:
PAMAMARAAN NG MACHINE

a) Magdagdag ng mga sangkap , maliban sa mga toppings, sa pagkakasunud-sunod na tinukoy sa manwal ng may-ari ng iyong bread machine. Itakda ang bread machine sa dough/manual setting. Sa pagtatapos ng programa, pindutin ang clear/stop. Upang masuntok ang kuwarta, pindutin ang simula at hayaang masahin ng 60 segundo. Pindutin muli ang clear/stop. Alisin ang kuwarta at hayaang magpahinga ng 5 minuto bago hubugin ng kamay.

b) Kung ang iyong makina ng tinapay ay walang dough/manual setting, sundin ang normal na pamamaraan ng paggawa ng tinapay, ngunit hayaang masahin ang kuwarta nang isang beses lamang. Sa pagtatapos ng ikot ng pagmamasa, pindutin ang clear/stop. Hayaang tumaas ang kuwarta sa loob ng 60 minuto, suriin pagkatapos ng unang 30 minuto upang matiyak na ang kuwarta ay hindi tumaas nang sobra at dumampi sa takip. Pindutin ang start at hayaang tumakbo ang makina sa loob ng 60 segundo upang mabutas ang kuwarta.

c) Pindutin muli ang clear/stop. Alisin ang kuwarta at hayaang magpahinga ng 5 minuto bago hubugin ng kamay.

TECHNIQUE SA PAGHUBOG NG KAMAY:

d) Budburan ng harina ang mga kamay. Gamit ang mga daliri, ipakalat ang kuwarta nang pantay-pantay sa isang 13- X 9- X 1-

pulgada na bahagyang nilalangang baking pan. Takpan ng malinis na tela sa kusina.

e) Hayaang tumaas hanggang dumoble ang taas, mga 30 hanggang 60 minuto.

f) Painitin ang hurno sa 400F.

g) Gumawa ng mga light indentation gamit ang iyong mga daliri sa ibabaw ng tumaas na kuwarta. Brush na may extra-virgin olive oil at budburan ng magaspang na asin at itim na paminta.

h) Maghurno sa ilalim na rack ng oven para sa humigit-kumulang 30 hanggang 35 minuto, o hanggang sa ginintuang kayumanggi. Hayaang lumamig sa kawali.

i) Gupitin sa labindalawang pantay na piraso at ihain sa temperatura ng kuwarto.

70. Focaccia Di Mele

MGA INGREDIENTS:
DOUGH:
- 1 maliit na Apple, may ubod at quartered
- 2 tasang puting harina na hindi pinaputi
- ¼ kutsarita ng kanela
- 1 kutsarang Asukal o 2 t pulot
- 1 Kaunti t mabilis na pagtaas ng lebadura
- ¼ kutsarita ng asin
- ⅓ hanggang ½ tasa ng mainit na tubig sa gripo
- ⅓ tasa ng mga pasas

PAGPUPUNO:
- 4 katamtamang mansanas
- Juice ng ½ lemon
- Kurutin ang puting paminta
- Kurutin ang mga clove
- Kurutin ang cardamom
- Kurutin ang nutmeg
- Kurutin ang giniling na luya
- 1 kutsarita vanilla extract
- ⅓ Tasa ng asukal o pulot
- ½ tasang brown sugar o
- 2 kutsarang pulot
- 1 kutsarita ng gawgaw

GLAZE:
- 2 kutsarang apricot jam o pinapanatili
- 1 kutsarita ng tubig

MGA TAGUBILIN:
DOUGH:
a) Iproseso ang quartered na mansanas sa food processor nang mga 20 segundo; ilipat sa isang hiwalay na mangkok.

b) Magdagdag ng 2 tasang harina, kanela, asukal o pulot, lebadura at asin kung gusto sa food processor; proseso ng 5 segundo. Magdagdag ng naprosesong mansanas; proseso para sa karagdagang 5 segundo.

c) Habang tumatakbo ang processor, unti-unting magdagdag ng ⅓ Tasa ng mainit na tubig sa pamamagitan ng feeder tube. Itigil ang makina at hayaang magpahinga ang kuwarta nang mga 20 segundo. Ipagpatuloy ang pagpoproseso at pagdaragdag ng tubig nang paunti-unti sa pamamagitan ng feeder tube hanggang sa maging malambot na bola ang masa at malinis ang mga gilid ng mangkok. Pulse ng 2 o 3 ulit.

d) Budburan ang mga pasas at 1 Kutsarang harina sa malinis na ibabaw. Ilagay ang kuwarta sa ibabaw at masahin ng humigit-kumulang 1 minuto upang maisama ang mga pasas. Magdagdag ng harina kung ang masa ay masyadong malagkit.

e) Banayad na harina sa loob ng plastic bag. Ilagay ang kuwarta sa bag, isara at hayaang magpahinga ng 15 hanggang 20 minuto sa isang mainit at madilim na lugar.

f) Pagulungin ang kuwarta sa isang bilog na 12 hanggang 14 pulgada ang lapad. Ilagay sa may langis na kawali o isang baking dish.

g) Takpan ng tuwalya sa kusina at itabi sa isang mainit na lugar habang naghahanda ka ng pagpuno.

h) Painitin ang hurno sa 400 degrees.

PAGPUPUNO:

i) I-core at hiwain ang papel ng mansanas na manipis. Budburan ang lemon juice sa mga hiwa ng mansanas. Magdagdag ng natitirang mga sangkap ng pagpuno at ihalo nang mabuti.

j) Pagpuno ng kutsara sa kuwarta. Maghurno ng 20 minuto, pagkatapos ay paikutin ang kawali sa 180 degrees. Bawasan ang temperatura ng oven sa 375 degrees, at maghurno para sa karagdagang 20 minuto, o hanggang ang mansanas ay browned. Palamigin sa kawali sa loob ng 5 minuto. Alisin sa kawali at palamig nang maigi sa wire rack.

GLAZE:

k) Sa isang maliit na kasirola, tunawin ang jam o pinapanatili. Magdagdag ng tubig, at dalhin sa isang pigsa, pagpapakilos nang masigla. I-brush ang glaze sa mga mansanas at ihain.

71. Schiacciata

MGA INGREDIENTS:
- 4 tasa ng harina ng tinapay
- 2 kutsarita ng instant yeast
- 2 kutsarita ng asin
- 1 ½ tasa ng maligamgam na tubig
- Extra-virgin olive oil
- Magaspang na asin sa dagat
- Opsyonal: Sariwang rosemary o iba pang mga halamang gamot

MGA TAGUBILIN:

a) Sa isang malaking mangkok ng paghahalo, pagsamahin ang harina ng tinapay, instant yeast, at asin. Haluing mabuti.

b) Dahan-dahang idagdag ang maligamgam na tubig sa mga tuyong sangkap, haluin gamit ang isang kutsara o iyong mga kamay hanggang sa mabuo ang isang malagkit na masa.

c) Ilipat ang kuwarta sa ibabaw ng bahagyang harina at masahin ng mga 5 minuto hanggang sa maging makinis at nababanat ang kuwarta.

d) Ilagay ang minasa na masa sa isang mangkok na may kaunting mantika, takpan ito ng malinis na tuwalya sa kusina, at hayaan itong tumaas sa isang mainit na lugar sa loob ng mga 1-2 oras, o hanggang sa dumoble ang laki.

e) Kapag ang kuwarta ay tumaas, dahan-dahang i-deflate ito at ilipat ito sa isang baking sheet na nilagyan ng parchment paper.

f) Gamit ang iyong mga kamay, pindutin at iunat ang kuwarta upang magkasya ang baking sheet, na lumilikha ng hugis-parihaba o hugis-itlog. Ang kuwarta ay dapat na humigit-kumulang ½ pulgada ang kapal.

g) Magpahid ng langis ng oliba nang sagana sa ibabaw ng kuwarta, ikalat ito nang pantay-pantay gamit ang iyong mga kamay.

h) Pagwiwisik ng magaspang na asin sa dagat sa ibabaw, bahagyang pinindot ito sa kuwarta.

i) Opsyonal: Kung ninanais, ikalat ang mga sariwang dahon ng rosemary o iba pang mga halamang gamot sa ibabaw ng schiacciata.

j) Takpan ang baking sheet gamit ang kitchen towel at hayaang tumaas ang kuwarta sa loob ng isa pang 30 minuto.
k) Painitin muna ang oven sa 220°C (425°F).
l) Kapag ang kuwarta ay tumaas, ilagay ang baking sheet sa preheated oven at maghurno ng mga 15-20 minuto, o hanggang ang schiacciata ay maging ginintuang kayumanggi at malutong sa mga gilid.
m) Alisin ang schiacciata mula sa oven at hayaan itong lumamig nang bahagya sa wire rack bago hiwain at ihain.

72.Pane Di Altamura

MGA INGREDIENTS:
- 4 tasang durum na harina ng trigo (Semola di grano duro rimacinata)
- 1 ½ tasa ng maligamgam na tubig
- 2 kutsarita ng asin
- 1 kutsarita ng asukal
- 2 kutsarita sariwang lebadura (o 1 kutsarita instant yeast)
- Extra-virgin olive oil (para sa pagpapadulas)

MGA TAGUBILIN:
a) Sa isang malaking mangkok ng paghahalo, pagsamahin ang durum na harina ng trigo, asin, at asukal. Haluing mabuti.
b) I-dissolve ang sariwang lebadura sa maligamgam na tubig (o sundin ang mga tagubilin kung gumagamit ng instant yeast) at hayaan itong umupo ng ilang minuto hanggang sa maging mabula.
c) Gumawa ng isang balon sa gitna ng pinaghalong harina at ibuhos ang halo ng lebadura dito.
d) Dahan-dahang paghaluin ang mga sangkap, alinman sa isang kutsara o iyong mga kamay, hanggang sa mabuo ang isang malagkit na masa.
e) Ilipat ang kuwarta sa ibabaw ng bahagyang floured at masahin ng mga 10 minuto hanggang sa maging makinis at elastic.
f) Hugis ang kuwarta sa isang bilog na bola at ilagay ito sa isang mangkok na may gaanong mantika. Takpan ang mangkok ng malinis na tuwalya sa kusina at hayaang tumaas ito sa isang mainit na lugar sa loob ng mga 2-3 oras, o hanggang dumoble ito sa laki.
g) Kapag ang kuwarta ay tumaas, dahan-dahang i-deflate ito at ilipat ito sa isang baking sheet na nilagyan ng parchment paper.
h) Hugis ang kuwarta sa isang bilog o hugis-itlog na tinapay, na nagbibigay ng makinis na ibabaw.
i) Gamit ang isang matalim na kutsilyo o razor blade, gumawa ng mga diagonal na slash o isang cross pattern sa tuktok ng tinapay.
j) Takpan ang tinapay gamit ang isang malinis na tuwalya sa kusina at hayaan itong tumaas para sa isa pang 1-2 oras, o hanggang sa ito ay nakikitang lumawak.
k) Painitin muna ang oven sa 220°C (425°F).

l) Kapag ang tinapay ay tumaas, ilagay ito sa preheated oven at maghurno para sa mga 40-45 minuto, o hanggang sa ang tinapay ay bumuo ng isang ginintuang-kayumanggi crust at tunog guwang kapag tinapik sa ilalim.

m) Alisin ang Pane di Altamura mula sa oven at hayaan itong lumamig sa wire rack bago hiwain at ihain.

73. Pane Casareccio

MGA INGREDIENTS:
- 4 tasa ng harina ng tinapay
- 2 kutsarita ng instant yeast
- 2 kutsarita ng asin
- 1 ½ tasa ng maligamgam na tubig
- Extra-virgin olive oil (para sa pagpapadulas)

MGA TAGUBILIN:

a) Sa isang malaking mangkok ng paghahalo, pagsamahin ang harina ng tinapay, instant yeast, at asin. Haluing mabuti.

b) Dahan-dahang idagdag ang maligamgam na tubig sa mga tuyong sangkap, haluin gamit ang isang kutsara o iyong mga kamay hanggang sa mabuo ang masa.

c) Ilipat ang kuwarta sa ibabaw ng bahagyang floured at masahin ng mga 10 minuto hanggang sa maging makinis at elastic.

d) Hugis ang kuwarta sa isang bilog na bola at ilagay ito sa isang mangkok na may gaanong mantika. Takpan ang mangkok gamit ang isang malinis na tuwalya sa kusina at hayaan itong tumaas sa isang mainit na lugar sa loob ng mga 1-2 oras, o hanggang dumoble ito sa laki.

e) Kapag ang kuwarta ay tumaas, dahan-dahang i-deflate ito at ilipat ito sa isang baking sheet na nilagyan ng parchment paper.

f) Hugis ang kuwarta sa isang bilog o hugis-itlog na tinapay, na nagbibigay ng rustic na hitsura. Maaari mo ring hatiin ang kuwarta sa mas maliliit na bahagi upang makagawa ng indibidwal na laki ng mga tinapay.

g) Takpan ang tinapay gamit ang isang malinis na tuwalya sa kusina at hayaan itong tumaas para sa isa pang 1-2 oras, o hanggang sa ito ay nakikitang lumawak.

h) Painitin muna ang oven sa 220°C (425°F).

i) Opsyonal: Bago mag-bake, bahagyang markahan ang tuktok ng tinapay gamit ang isang matalim na kutsilyo o talim ng pang-ahit upang lumikha ng isang pandekorasyon na pattern.

j) Ilagay ang baking sheet na may tinapay sa preheated oven at maghurno ng humigit-kumulang 30-35 minuto, o hanggang ang tinapay ay magkaroon ng golden-brown crust at parang guwang kapag tinapik sa ilalim.

k) Alisin ang Pane Casareccio mula sa oven at hayaan itong lumamig sa wire rack bago hiwain at ihain.

74.Pane Toscano

MGA INGREDIENTS:
- 4 tasa ng harina ng tinapay
- 2 kutsarita ng instant yeast
- 1 ½ tasa ng maligamgam na tubig
- Extra-virgin olive oil (para sa pagpapadulas)

MGA TAGUBILIN:
a) Sa isang malaking mixing bowl, pagsamahin ang bread flour at instant yeast. Haluing mabuti.
b) Dahan-dahang idagdag ang maligamgam na tubig sa mga tuyong sangkap, haluin gamit ang isang kutsara o iyong mga kamay hanggang sa mabuo ang isang malagkit na masa.
c) Ilipat ang kuwarta sa ibabaw ng bahagyang floured at masahin ng mga 10 minuto hanggang sa maging makinis at elastic.
d) Hugis ang kuwarta sa isang bilog na bola at ilagay ito sa isang mangkok na may gaanong mantika. Takpan ang mangkok gamit ang isang malinis na tuwalya sa kusina at hayaan itong tumaas sa isang mainit na lugar sa loob ng mga 1-2 oras, o hanggang dumoble ito sa laki.
e) Kapag ang kuwarta ay tumaas, dahan-dahang i-deflate ito at ilipat ito sa isang baking sheet na nilagyan ng parchment paper.
f) Hugis ang kuwarta sa isang bilog o hugis-itlog na tinapay, na nagbibigay ng rustic na hitsura.
g) Takpan ang tinapay gamit ang isang malinis na tuwalya sa kusina at hayaan itong tumaas para sa isa pang 1-2 oras, o hanggang sa ito ay nakikitang lumawak.
h) Painitin muna ang oven sa 220°C (425°F).
i) Opsyonal: Bago mag-bake, bahagyang markahan ang tuktok ng tinapay gamit ang isang matalim na kutsilyo o talim ng pang-ahit upang lumikha ng isang pandekorasyon na pattern.
j) Ilagay ang baking sheet na may tinapay sa preheated oven at maghurno ng humigit-kumulang 30-35 minuto, o hanggang ang tinapay ay magkaroon ng golden-brown crust at parang guwang kapag tinapik sa ilalim.
k) Alisin ang Pane Toscano mula sa oven at hayaan itong lumamig sa wire rack bago hiwain at ihain.

75.Pane Di Semola

MGA INGREDIENTS:
- 4 tasa ng semolina na harina
- 2 kutsarita ng instant yeast
- 2 kutsarita ng asin
- 1 ½ tasa ng maligamgam na tubig
- Extra-virgin olive oil (para sa pagpapadulas)

MGA TAGUBILIN:

a) Sa isang malaking mixing bowl, pagsamahin ang semolina flour, instant yeast, at asin. Haluing mabuti.

b) Dahan-dahang idagdag ang maligamgam na tubig sa mga tuyong sangkap, haluin gamit ang isang kutsara o iyong mga kamay hanggang sa mabuo ang isang malagkit na masa.

c) Ilipat ang kuwarta sa ibabaw ng bahagyang floured at masahin ng mga 10 minuto hanggang sa maging makinis at elastic.

d) Hugis ang kuwarta sa isang bilog na bola at ilagay ito sa isang mangkok na may gaanong mantika. Takpan ang mangkok gamit ang isang malinis na tuwalya sa kusina at hayaan itong tumaas sa isang mainit na lugar sa loob ng mga 1-2 oras, o hanggang dumoble ito sa laki.

e) Kapag ang kuwarta ay tumaas, dahan-dahang i-deflate ito at ilipat ito sa isang baking sheet na nilagyan ng parchment paper.

f) Hugis ang kuwarta sa isang bilog o hugis-itlog na tinapay, na nagbibigay ng rustic na hitsura.

g) Takpan ang tinapay gamit ang isang malinis na tuwalya sa kusina at hayaan itong tumaas para sa isa pang 1-2 oras, o hanggang sa ito ay nakikitang lumawak.

h) Painitin muna ang oven sa 220°C (425°F).

i) Opsyonal: Bago mag-bake, bahagyang markahan ang tuktok ng tinapay gamit ang isang matalim na kutsilyo o talim ng pang-ahit upang lumikha ng isang pandekorasyon na pattern.

j) Ilagay ang baking sheet na may tinapay sa preheated oven at maghurno ng humigit-kumulang 30-35 minuto, o hanggang ang tinapay ay magkaroon ng golden-brown crust at parang guwang kapag tinapik sa ilalim.

k) Alisin ang Pane di Semola mula sa oven at hayaan itong lumamig sa wire rack bago hiwain at ihain.

76.Pane Al Pomodoro

MGA INGREDIENTS:
- 4 tasa ng harina ng tinapay
- 2 kutsarita ng instant yeast
- 2 kutsarita ng asin
- 250ml (1 tasa) maligamgam na tubig
- 2 kutsarang tomato paste o purong kamatis
- 2 kutsarang extra-virgin olive oil
- Mga pinatuyong damo tulad ng oregano, basil, o thyme (opsyonal)

MGA TAGUBILIN:

a) Sa isang malaking mangkok ng paghahalo, pagsamahin ang harina ng tinapay, instant yeast, at asin. Haluing mabuti.

b) Sa isang hiwalay na mangkok, i-dissolve ang tomato paste o purong kamatis sa maligamgam na tubig hanggang sa maayos na pinagsama.

c) Idagdag ang pinaghalong tubig-kamatis at langis ng oliba sa mga tuyong sangkap. Paghaluin gamit ang isang kahoy na kutsara o isang stand mixer na nilagyan ng dough hook hanggang sa mabuo ang isang malagkit na masa.

d) Ilipat ang kuwarta sa ibabaw ng bahagyang floured at masahin ng mga 10 minuto hanggang sa maging makinis at elastic.

e) Ilagay ang kuwarta sa isang mangkok na may kaunting mantika, takpan ito ng malinis na tuwalya sa kusina, at hayaang tumaas ito sa isang mainit na lugar sa loob ng mga 1-2 oras, o hanggang dumoble ito sa laki.

f) Kapag ang kuwarta ay tumaas, dahan-dahang i-deflate ito at ilipat ito sa isang baking sheet na nilagyan ng parchment paper.

g) Hugis ang kuwarta sa isang bilog o hugis-itlog na tinapay, na nagbibigay ng rustic na hitsura.

h) Takpan ang tinapay gamit ang isang malinis na tuwalya sa kusina at hayaan itong tumaas para sa isa pang 1-2 oras, o hanggang sa ito ay nakikitang lumawak.

i) Painitin muna ang oven sa 220°C (425°F).

j) Opsyonal: Bago maghurno, lagyan ng langis ng oliba ang tuktok ng tinapay at iwiwisik ang mga tuyong damo sa ibabaw para sa dagdag na lasa at aroma.

k) Ilagay ang baking sheet na may tinapay sa preheated oven at maghurno ng mga 30-35 minuto, o hanggang sa magkaroon ng golden-brown crust ang tinapay at magmumukhang guwang kapag tinapik sa ilalim.

l) Alisin ang Pane al Pomodoro mula sa oven at hayaan itong lumamig sa wire rack bago hiwain at ihain.

77. Pane Alle Olive

MGA INGREDIENTS:
- 4 tasa ng harina ng tinapay
- 2 kutsarita ng instant yeast
- 2 kutsarita ng asin
- 300ml (1 ¼ tasa) maligamgam na tubig
- 100g (¾ cup) pitted black or green olives, tinadtad o hiniwa
- 2 kutsarang extra-virgin olive oil

MGA TAGUBILIN:
a) Sa isang malaking mangkok ng paghahalo, pagsamahin ang harina ng tinapay, instant yeast, at asin. Haluing mabuti.
b) Dahan-dahang idagdag ang maligamgam na tubig sa mga tuyong sangkap, haluin gamit ang isang kutsara o iyong mga kamay hanggang sa mabuo ang isang malagkit na masa.
c) Idagdag ang tinadtad o hiniwang olibo sa kuwarta at masahin ng ilang minuto hanggang sa pantay-pantay ang pagkakabahagi nito.
d) Ilipat ang kuwarta sa ibabaw ng bahagyang harina at ipagpatuloy ang pagmamasa ng mga 10 minuto hanggang sa maging makinis at nababanat.
e) Ilagay ang kuwarta sa isang mangkok na may kaunting mantika, takpan ito ng malinis na tuwalya sa kusina, at hayaang tumaas ito sa isang mainit na lugar sa loob ng mga 1-2 oras, o hanggang dumoble ito sa laki.
f) Kapag ang kuwarta ay tumaas, dahan-dahang i-deflate ito at ilipat ito sa isang baking sheet na nilagyan ng parchment paper.
g) Hugis ang kuwarta sa isang bilog o hugis-itlog na tinapay, o maaari kang lumikha ng isang tradisyonal na "ciabatta" na hugis sa pamamagitan ng bahagyang pag-flatten sa kuwarta at pagpapahaba nito.
h) Takpan ang tinapay gamit ang isang malinis na tuwalya sa kusina at hayaan itong tumaas para sa isa pang 1-2 oras, o hanggang sa ito ay nakikitang lumawak.
i) Painitin muna ang oven sa 220°C (425°F).
j) Ibuhos ang tuktok ng tinapay na may extra-virgin olive oil.

k) Ilagay ang baking sheet na may tinapay sa preheated oven at maghurno ng humigit-kumulang 30-35 minuto, o hanggang ang tinapay ay magkaroon ng golden-brown crust at parang guwang kapag tinapik sa ilalim.

l) Alisin ang Pane alle Olive mula sa oven at hayaan itong lumamig sa wire rack bago hiwain at ihain.

78.Pane Alle Noci

MGA INGREDIENTS:
- 4 tasa ng harina ng tinapay
- 2 kutsarita ng instant yeast
- 2 kutsarita ng asin
- 300ml (1 ¼ tasa) maligamgam na tubig
- 100g (1 tasa) mga walnut, tinadtad
- 2 kutsarang extra-virgin olive oil

MGA TAGUBILIN:

a) Sa isang malaking mangkok ng paghahalo, pagsamahin ang harina ng tinapay, instant yeast, at asin. Haluing mabuti.

b) Dahan-dahang idagdag ang maligamgam na tubig sa mga tuyong sangkap, haluin gamit ang isang kutsara o iyong mga kamay hanggang sa mabuo ang isang malagkit na masa.

c) Idagdag ang tinadtad na mga walnuts sa kuwarta at masahin ng ilang minuto hanggang sa pantay-pantay silang maipamahagi.

d) Ilipat ang kuwarta sa ibabaw ng bahagyang harina at ipagpatuloy ang pagmamasa ng mga 10 minuto hanggang sa maging makinis at nababanat.

e) Ilagay ang kuwarta sa isang mangkok na may kaunting mantika, takpan ito ng malinis na tuwalya sa kusina, at hayaang tumaas ito sa isang mainit na lugar sa loob ng mga 1-2 oras, o hanggang dumoble ang laki.

f) Kapag ang kuwarta ay tumaas, dahan-dahang i-deflate ito at ilipat ito sa isang baking sheet na nilagyan ng parchment paper.

g) Hugis ang kuwarta sa isang bilog o hugis-itlog na tinapay.

h) Takpan ang tinapay gamit ang isang malinis na tuwalya sa kusina at hayaan itong tumaas para sa isa pang 1-2 oras, o hanggang sa ito ay nakikitang lumawak.

i) Painitin muna ang oven sa 220°C (425°F).

j) Ibuhos ang tuktok ng tinapay na may extra-virgin olive oil.

k) Ilagay ang baking sheet na may tinapay sa preheated oven at maghurno ng mga 30-35 minuto, o hanggang sa magkaroon ng golden-brown crust ang tinapay at magmumukhang guwang kapag tinapik sa ilalim.

l) Alisin ang Pane alle Noci mula sa oven at hayaan itong lumamig sa wire rack bago hiwain at ihain.

79.Pane Alle Erbe

MGA INGREDIENTS:
- 4 tasa ng harina ng tinapay
- 2 kutsarita ng instant yeast
- 2 kutsarita ng asin
- 300ml (1 ¼ tasa) maligamgam na tubig
- 2 kutsarang extra-virgin olive oil
- 2 kutsarang pinaghalong sariwang damo (tulad ng rosemary, thyme, basil, oregano, perehil), pinong tinadtad

MGA TAGUBILIN:

a) Sa isang malaking mangkok ng paghahalo, pagsamahin ang harina ng tinapay, instant yeast, at asin. Haluing mabuti.

b) Dahan-dahang idagdag ang maligamgam na tubig sa mga tuyong sangkap, haluin gamit ang isang kutsara o iyong mga kamay hanggang sa mabuo ang isang malagkit na masa.

c) Idagdag ang tinadtad na sariwang damo sa masa at masahin ng ilang minuto hanggang sa pantay-pantay ang paghahati nito.

d) Ilipat ang kuwarta sa ibabaw ng bahagyang harina at ipagpatuloy ang pagmamasa ng mga 10 minuto hanggang sa maging makinis at nababanat.

e) Ilagay ang kuwarta sa isang mangkok na may kaunting mantika, takpan ito ng malinis na tuwalya sa kusina, at hayaang tumaas ito sa isang mainit na lugar sa loob ng mga 1-2 oras, o hanggang dumoble ang laki.

f) Kapag ang kuwarta ay tumaas, dahan-dahang i-deflate ito at ilipat ito sa isang baking sheet na nilagyan ng parchment paper.

g) Hugis ang kuwarta sa isang bilog o hugis-itlog na tinapay.

h) Takpan ang tinapay gamit ang isang malinis na tuwalya sa kusina at hayaan itong tumaas para sa isa pang 1-2 oras, o hanggang sa ito ay nakikitang lumawak.

i) Painitin muna ang oven sa 220°C (425°F).

j) Ibuhos ang tuktok ng tinapay na may extra-virgin olive oil.

k) Ilagay ang baking sheet na may tinapay sa preheated oven at maghurno ng humigit-kumulang 30-35 minuto, o hanggang ang tinapay ay magkaroon ng golden-brown crust at parang guwang kapag tinapik sa ilalim.

l) Alisin ang Pane alle Erbe mula sa oven at hayaan itong lumamig sa wire rack bago hiwain at ihain.

80. Pane Di Riso

MGA INGREDIENTS:
- 1 tasang lutong bigas
- 4 tasa ng harina ng tinapay
- 2 kutsarita ng instant yeast
- 2 kutsarita ng asin
- 1 tasang maligamgam na tubig
- 2 kutsarang extra-virgin olive oil

MGA TAGUBILIN:
a) Sa isang malaking mangkok ng paghahalo, pagsamahin ang harina ng tinapay, instant yeast, at asin. Haluing mabuti.
b) Idagdag ang nilutong bigas sa mga tuyong sangkap at haluin para pantay-pantay ang paghahati nito.
c) Dahan-dahang idagdag ang maligamgam na tubig sa pinaghalong, haluin gamit ang isang kutsara o iyong mga kamay hanggang sa mabuo ang isang malagkit na masa.
d) Ilipat ang kuwarta sa ibabaw ng bahagyang floured at masahin ng mga 10 minuto hanggang sa maging makinis at elastic.
e) Ilagay ang kuwarta sa isang mangkok na may kaunting mantika, takpan ito ng malinis na tuwalya sa kusina, at hayaang tumaas ito sa isang mainit na lugar sa loob ng mga 1-2 oras, o hanggang dumoble ang laki.
f) Kapag ang kuwarta ay tumaas, dahan-dahang i-deflate ito at ilipat ito sa isang baking sheet na nilagyan ng parchment paper.
g) Hugis ang kuwarta sa isang bilog o hugis-itlog na tinapay.
h) Takpan ang tinapay gamit ang isang malinis na tuwalya sa kusina at hayaan itong tumaas para sa isa pang 1-2 oras, o hanggang sa ito ay nakikitang lumawak.
i) Painitin muna ang oven sa 220°C (425°F).
j) Ibuhos ang tuktok ng tinapay na may extra-virgin olive oil.
k) Ilagay ang baking sheet na may tinapay sa preheated oven at maghurno ng humigit-kumulang 30-35 minuto, o hanggang ang tinapay ay magkaroon ng golden-brown crust at parang guwang kapag tinapik sa ilalim.
l) Alisin ang Pane di Riso mula sa oven at hayaan itong lumamig sa wire rack bago hiwain at ihain.

81.Pane Di Ceci

MGA INGREDIENTS:
- 1½ tasa ng chickpea flour
- 1 ¾ tasa ng tubig
- 3 kutsarang extra-virgin olive oil
- 1 kutsarita ng asin
- Sariwang rosemary o iba pang mga halamang gamot (opsyonal)

MGA TAGUBILIN:
a) Sa isang mixing bowl, pagsamahin ang chickpea flour at tubig. Haluing mabuti hanggang sa makinis at walang bukol ang timpla. Hayaang magpahinga nang hindi bababa sa 1 oras o hanggang magdamag upang payagan ang harina na mag-hydrate.
b) Painitin muna ang oven sa 220°C (425°F) at maglagay ng malaking cast-iron skillet o baking dish sa oven para uminit.
c) Pagkatapos ng oras ng pahinga, alisin ang anumang foam na maaaring nabuo sa ibabaw ng chickpea batter.
d) Idagdag ang langis ng oliba at asin sa batter at haluin hanggang sa mahusay na pinagsama.
e) Alisin ang pinainit na kawali o baking dish mula sa oven at maingat na ibuhos ang batter dito, ikalat ito nang pantay-pantay.
f) Kung ninanais, iwiwisik ang sariwang rosemary o iba pang mga halamang gamot sa ibabaw ng batter.
g) Ibalik ang kawali o baking dish sa oven at maghurno ng mga 20-25 minuto, o hanggang sa ang mga gilid ay malutong at ginintuang kayumanggi.
h) Alisin ang Pane di Ceci mula sa oven at hayaan itong lumamig ng ilang minuto bago ito hiwain sa mga wedge o mga parisukat.
i) Ihain nang mainit-init o sa temperatura ng silid bilang isang side dish, pampagana, o meryenda.

82. Pane Di Patate

MGA INGREDIENTS:
- 2 ¼ tasa ng harina ng tinapay
- 1½ tasang niluto at niligis na patatas
- 2 kutsarita ng instant yeast
- 2 kutsarita ng asin
- 2 kutsarang extra-virgin olive oil
- ⅔ tasa ng maligamgam na tubig

MGA TAGUBILIN:

a) Sa isang malaking mangkok ng paghahalo, pagsamahin ang harina ng tinapay, instant yeast, at asin. Haluing mabuti.

b) Idagdag ang niligis na patatas sa mga tuyong sangkap at ihalo hanggang sa maisama.

c) Dahan-dahang idagdag ang maligamgam na tubig at langis ng oliba sa pinaghalong, haluin gamit ang isang kutsara o iyong mga kamay hanggang sa mabuo ang isang malagkit na masa.

d) Ilipat ang kuwarta sa ibabaw ng bahagyang floured at masahin ng mga 10 minuto hanggang sa maging makinis at elastic.

e) Ilagay ang kuwarta sa isang mangkok na may kaunting mantika, takpan ito ng malinis na tuwalya sa kusina, at hayaang tumaas ito sa isang mainit na lugar sa loob ng mga 1-2 oras, o hanggang dumoble ito sa laki.

f) Kapag ang kuwarta ay tumaas, dahan-dahang i-deflate ito at ilipat ito sa isang baking sheet na nilagyan ng parchment paper.

g) Hugis ang kuwarta sa isang bilog o hugis-itlog na tinapay.

h) Takpan ang tinapay gamit ang isang malinis na tuwalya sa kusina at hayaan itong tumaas para sa isa pang 1-2 oras, o hanggang sa ito ay nakikitang lumawak.

i) Painitin muna ang oven sa 220°C (425°F).

j) Markahan ang tuktok ng tinapay gamit ang isang matalim na kutsilyo, na lumilikha ng ilang mga hiwa.

k) Ilagay ang baking sheet na may tinapay sa preheated oven at maghurno ng mga 30-35 minuto, o hanggang sa magkaroon ng golden-brown crust ang tinapay at magmumukhang guwang kapag tinapik sa ilalim.

l) Alisin ang Pane di Patate mula sa oven at hayaan itong lumamig sa wire rack bago hiwain at ihain.

83.Taralli

MGA INGREDIENTS:
- 4 na tasang all-purpose na harina
- 2 kutsarita ng asin
- 2 kutsarita ng asukal
- 2 kutsarita ng baking powder
- 120ml (½ tasa) puting alak
- 120ml (½ tasa) extra-virgin olive oil
- Tubig (kung kinakailangan)
- Opsyonal na mga pampalasa: mga buto ng haras, itim na paminta, chili flakes, atbp.

MGA TAGUBILIN:
a) Sa isang malaking mangkok ng paghahalo, pagsamahin ang harina, asin, asukal, at baking powder. Haluing mabuti.
b) Idagdag ang puting alak at langis ng oliba sa mga tuyong sangkap. Haluin hanggang sa magsimulang magsama-sama ang mga sangkap.
c) Dahan-dahang magdagdag ng tubig, paunti-unti, habang minamasa ang kuwarta gamit ang iyong mga kamay hanggang sa magkaroon ka ng makinis at bahagyang matibay na kuwarta. Ang dami ng tubig na kailangan ay maaaring mag-iba depende sa halumigmig ng iyong kapaligiran.
d) Kung ninanais, magdagdag ng mga pampalasa tulad ng mga buto ng haras, black pepper, o chili flakes sa kuwarta. Masahin ang kuwarta ng ilang beses upang pantay-pantay na ipamahagi ang mga lasa.
e) Hatiin ang kuwarta sa maliliit na bahagi at igulong ang bawat bahagi sa isang manipis na lubid, mga 1 cm (0.4 pulgada) ang diyametro.
f) Gupitin ang lubid sa maliliit na piraso, mga 7-10 cm (2.8-4 pulgada) ang haba.
g) Kunin ang bawat piraso at pagsamahin ang mga dulo, na bumubuo ng hugis ng singsing.
h) Painitin muna ang oven sa 180°C (350°F).
i) Pakuluan ang isang malaking palayok ng tubig. Magdagdag ng isang dakot ng asin sa tubig na kumukulo.

j) Maingat na ihulog ang ilang Taralli sa isang pagkakataon sa kumukulong tubig at lutuin ng mga 1-2 minuto, o hanggang sa lumutang sila sa ibabaw.

k) Gamit ang isang slotted na kutsara o skimmer, alisin ang pinakuluang Taralli sa tubig at ilipat ang mga ito sa isang baking sheet na nilagyan ng parchment paper.

l) Ilagay ang Taralli sa preheated oven at maghurno ng mga 25-30 minuto, o hanggang maging golden brown at malutong.

m) Alisin ang Taralli mula sa oven at hayaang ganap na lumamig bago ihain.

TINAPAY NG TURKISH

84.Simit

MGA INGREDIENTS:
- 4 na tasang all-purpose na harina
- 1 kutsarang aktibong dry yeast
- 1 kutsarang asukal
- 1 kutsarita ng asin
- 1 kutsarang langis ng gulay
- 1 ½ tasa ng maligamgam na tubig
- ½ tasang molasses (para sa paglubog)
- 1 tasang sesame seeds (para sa patong)

MGA TAGUBILIN:

a) Sa isang maliit na mangkok, pagsamahin ang maligamgam na tubig, asukal, at lebadura. Hayaang umupo ito ng mga 5 minuto hanggang sa maging mabula.

b) Sa isang malaking mangkok ng paghahalo, pagsamahin ang harina at asin. Gumawa ng isang balon sa gitna at ibuhos ang lebadura na halo at langis ng gulay. Haluin gamit ang isang kahoy na kutsara o ang iyong mga kamay hanggang sa mabuo ang isang magaspang na masa.

c) Ilipat ang kuwarta sa ibabaw na may harina at masahin ng mga 8-10 minuto hanggang sa maging makinis at nababanat. Kung ang masa ay masyadong malagkit, maaari kang magdagdag ng kaunting harina.

d) Ilagay ang kuwarta sa isang mangkok na may mantika at takpan ito ng basang tela. Hayaang tumaas ito sa isang mainit na lugar sa loob ng mga 1-2 oras hanggang dumoble ito sa laki.

e) Painitin muna ang iyong oven sa 425°F (220°C). Iguhit ang isang baking sheet na may parchment paper.

f) Push down ang tumaas na kuwarta at hatiin ito sa mas maliliit na bahagi, na halos kasing laki ng bola ng tennis. Kunin ang bawat bahagi at igulong ito sa isang manipis na lubid, humigit-kumulang 18 pulgada ang haba.

g) Hugis ang lubid sa isang bilog, bahagyang magkakapatong ang mga dulo, at i-twist ang mga ito nang magkasama upang maiselyo. Ulitin sa natitirang bahagi ng kuwarta.

h) Ibuhos ang molasses sa isang mababaw na mangkok. Isawsaw ang bawat simit sa molasses, tiyaking nababalutan ito ng pantay.

i) Ikalat ang mga buto ng linga sa isang patag na plato. I-roll ang molasses-coated simit sa sesame seeds, pinindot nang dahan-dahan upang matiyak na nakadikit ang mga ito sa kuwarta.

j) Ilagay ang pinahiran na simit sa inihandang baking sheet. Hayaang magpahinga sila ng mga 10-15 minuto.

k) Ihurno ang simit sa preheated oven sa loob ng mga 15-20 minuto o hanggang maging golden brown ang mga ito.

l) Alisin mula sa oven at hayaang lumamig sa wire rack.

85.Ekmek

MGA INGREDIENTS:
- 4 tasa ng harina ng tinapay
- 2 kutsarita ng instant yeast
- 2 kutsarita ng asin
- 2 tasang mainit na tubig

MGA TAGUBILIN:

a) Sa isang malaking mangkok ng paghahalo, pagsamahin ang harina ng tinapay, instant yeast, at asin.

b) Dahan-dahang idagdag ang maligamgam na tubig habang hinahalo gamit ang kahoy na kutsara o ang iyong mga kamay. Ipagpatuloy ang paghahalo hanggang sa magsimulang magsama ang kuwarta.

c) Ilipat ang kuwarta sa ibabaw ng floured at masahin ng mga 10-15 minuto hanggang sa maging makinis at elastic. Kung ang masa ay masyadong malagkit, maaari kang magdagdag ng kaunting harina sa proseso ng pagmamasa.

d) Ilagay muli ang minasa na masa sa mangkok ng paghahalo at takpan ito ng basang tela. Hayaang tumaas ito sa isang mainit na lugar sa loob ng mga 1-2 oras o hanggang dumoble ito sa laki.

e) Painitin muna ang iyong oven sa 450°F (230°C). Kung mayroon kang isang baking stone o isang baking sheet, ilagay ito sa oven upang magpainit din.

f) Kapag ang kuwarta ay tumaas, dahan-dahang suntukin ito upang palabasin ang anumang mga bula ng hangin. Ilipat ang kuwarta sa ibabaw ng harina at hubugin ito ng bilog o hugis-itlog na tinapay.

g) Ilagay ang hugis na kuwarta sa isang baking sheet o isang preheated baking stone. Gumawa ng ilang diagonal slash sa tuktok ng tinapay gamit ang isang matalim na kutsilyo.

h) Ihurno ang ekmek sa preheated oven sa loob ng mga 20-25 minuto o hanggang sa ito ay maging ginintuang kayumanggi at tumutunog na guwang kapag tinapik sa ilalim.

i) Alisin ang ekmek sa oven at hayaang lumamig sa wire rack bago hiwain at ihain.

86. Lahmacun

MGA INGREDIENTS:
PARA SA DOUGH:
- 2 ½ tasang all-purpose na harina
- 1 kutsarita ng asin
- 1 kutsarita ng instant yeast
- 1 kutsarita ng asukal
- 1 kutsarang langis ng oliba
- ¾ tasa ng maligamgam na tubig

PARA SA TOPPING:
- ½ kalahating kilong giniling na tupa o baka
- 1 sibuyas, pinong tinadtad
- 2 kamatis, pinong tinadtad
- 1 pulang kampanilya paminta, pinong tinadtad
- 3 cloves ng bawang, tinadtad
- 2 kutsarang tomato paste
- 2 kutsarang langis ng oliba
- 2 kutsarang lemon juice
- 2 kutsaritang giniling na kumin
- 1 kutsarita ng paprika
- 1 kutsarita ng tuyo na oregano
- Asin at paminta para lumasa

MGA TAGUBILIN:
a) Sa isang mixing bowl, pagsamahin ang harina, asin, instant yeast, at asukal. Idagdag ang langis ng oliba at mainit na tubig. Haluing mabuti hanggang sa mabuo ang masa.

b) Ilipat ang kuwarta sa ibabaw na may harina at masahin ng mga 5-7 minuto hanggang sa maging makinis at nababanat. Ilagay muli ang kuwarta sa mangkok, takpan ito ng isang basang tela, at hayaan itong magpahinga nang mga 30 minuto.

c) Samantala, ihanda ang pinaghalong topping. Sa isang hiwalay na mangkok, pagsamahin ang giniling na tupa o karne ng baka, pinong tinadtad na sibuyas, mga kamatis, pulang kampanilya, tinadtad na bawang, tomato paste, langis ng oliba, lemon juice, ground cumin, paprika, pinatuyong oregano, asin, at paminta. Haluing mabuti para pagsamahin ang lahat ng sangkap.

d) Painitin muna ang iyong oven sa pinakamataas na setting ng temperatura (karaniwan ay nasa 500°F o 260°C).

e) Hatiin ang kuwarta sa maliliit na bahagi. Kumuha ng isang bahagi sa isang pagkakataon at igulong ito sa isang manipis, bilog na hugis, mga 8-10 pulgada ang lapad. Ilagay ang rolled-out dough sa isang baking sheet o isang pizza stone.

f) Ikalat ang isang manipis na layer ng pinaghalong topping nang pantay-pantay sa kuwarta, na nag-iiwan ng maliit na hangganan sa paligid ng mga gilid.

g) Ulitin ang proseso sa natitirang bahagi ng kuwarta at pinaghalong topping.

h) Ilagay ang inihandang lahmacun sa preheated oven at maghurno ng mga 8-10 minuto o hanggang sa maging golden brown ang mga gilid ng kuwarta at maluto ang topping.

i) Alisin ang lahmacun sa oven at hayaang lumamig ng ilang minuto bago hiwain. Ito ay tradisyonal na pinagsama at inihain kasama ng isang piga ng lemon juice at sariwang perehil.

87. Bazlama

MGA INGREDIENTS:
- 4 na tasang all-purpose na harina
- 2 kutsarita ng instant yeast
- 1 kutsarita ng asukal
- 1 kutsarita ng asin
- 1 ½ tasa ng maligamgam na tubig
- 2 kutsarang langis ng oliba

MGA TAGUBILIN:

a) Sa isang maliit na mangkok, pagsamahin ang maligamgam na tubig, asukal, at instant yeast. Hayaang umupo ito ng mga 5 minuto hanggang sa maging mabula.

b) Sa isang malaking mangkok ng paghahalo, pagsamahin ang harina at asin. Gumawa ng balon sa gitna at ibuhos ang yeast mixture at olive oil. Paghaluin gamit ang isang kahoy na kutsara o ang iyong mga kamay hanggang sa mabuo ang isang malabo na masa.

c) Ilipat ang kuwarta sa ibabaw na may harina at masahin ng mga 5-7 minuto hanggang sa maging makinis at nababanat. Kung ang masa ay masyadong malagkit, maaari kang magdagdag ng kaunting harina sa proseso ng pagmamasa.

d) Ilagay muli ang minasa na masa sa mangkok ng paghahalo at takpan ito ng basang tela. Hayaang tumaas ito sa isang mainit na lugar sa loob ng mga 1-2 oras o hanggang dumoble ito sa laki.

e) Kapag ang kuwarta ay tumaas, suntukin ito upang palabasin ang anumang mga bula ng hangin. Hatiin ang kuwarta sa pantay na laki ng mga bahagi, depende sa nais na laki ng bazlama.

f) Kumuha ng isang bahagi ng kuwarta at igulong ito sa isang bilog o hugis-itlog na hugis, mga ¼ pulgada ang kapal. Ulitin sa natitirang bahagi ng kuwarta.

g) Magpainit ng kawaling kawal o malaking non-stick skillet sa katamtamang init. Ilagay ang rolled-out dough sa pinainit na ibabaw at lutuin ng humigit-kumulang 2-3 minuto sa bawat panig, o hanggang sa bahagyang pumutok ito at magkaroon ng golden brown spot.

h) Alisin ang nilutong bazlama sa kawali o kawali at balutin ito ng malinis na tuwalya sa kusina upang mapanatili itong mainit at malambot. Ulitin ang proseso sa natitirang bahagi ng kuwarta.

88.Sırıklı Ekmek

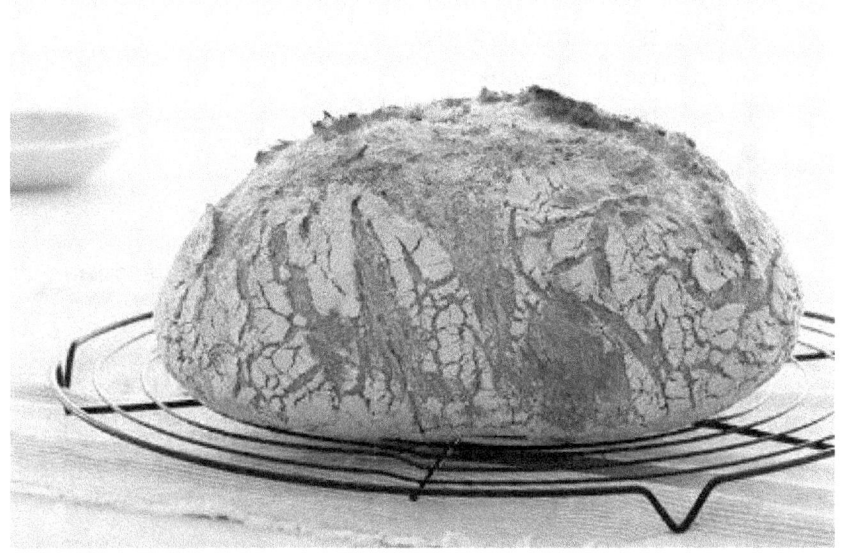

MGA INGREDIENTS:
- 4 na tasang all-purpose na harina
- 2 kutsarita ng instant yeast
- 1 kutsarita ng asukal
- 1 kutsarita ng asin
- 1 ½ tasa ng maligamgam na tubig
- 2 kutsarang langis ng oliba
- Sesame seeds (opsyonal, para sa topping)
- Mga kahoy na skewer (ibinabad sa tubig para maiwasan ang pagkasunog)

MGA TAGUBILIN:
a) Sa isang maliit na mangkok, pagsamahin ang maligamgam na tubig, asukal, at instant yeast. Hayaang umupo ito ng mga 5 minuto hanggang sa maging mabula.
b) Sa isang malaking mangkok ng paghahalo, pagsamahin ang harina at asin. Gumawa ng balon sa gitna at ibuhos ang yeast mixture at olive oil. Paghaluin gamit ang isang kahoy na kutsara o ang iyong mga kamay hanggang sa mabuo ang isang malabo na masa.
c) Ilipat ang kuwarta sa ibabaw na may harina at masahin ng mga 5-7 minuto hanggang sa maging makinis at nababanat. Kung ang masa ay masyadong malagkit, maaari kang magdagdag ng kaunting harina sa proseso ng pagmamasa.
d) Ilagay muli ang minasa na masa sa mangkok ng paghahalo at takpan ito ng basang tela. Hayaang tumaas ito sa isang mainit na lugar sa loob ng mga 1-2 oras o hanggang dumoble ito sa laki.
e) Kapag ang kuwarta ay tumaas, suntukin ito upang palabasin ang anumang mga bula ng hangin. Hatiin ang kuwarta sa pantay na laki ng mga bahagi.
f) Kumuha ng isang bahagi ng kuwarta at igulong ito sa isang mahaba at manipis na parihaba, mga ⅛ pulgada ang kapal.
g) Maingat na balutin ang rolled-out dough sa isang pre-soaked wooden skewer, simula sa isang dulo at paikutin ito hanggang sa kabilang dulo. Pindutin nang mahigpit ang mga dulo ng kuwarta upang ma-secure ito sa skewer.

h) Ulitin ang proseso sa natitirang bahagi ng kuwarta at mga skewer.

i) Mag-init ng grill o uling na apoy sa katamtamang init.

j) Ilagay ang tinuhog na kuwarta sa grill o sa ibabaw ng uling, paikutin ito paminsan-minsan upang matiyak na pantay ang pagluluto. Magluto ng mga 5-7 minuto, o hanggang sa maging golden brown at malutong ang tinapay.

k) Kapag naluto na, tanggalin ang sırıklı ekmek mula sa mga skewer at iwiwisik ang mga buto ng linga sa ibabaw ng tinapay kung gusto.

89. Lavaş

MGA INGREDIENTS:
- 4 na tasang all-purpose na harina
- 1 kutsarita ng asin
- 1 ½ tasa ng maligamgam na tubig
- 2 kutsarang langis ng oliba
- Dagdag na harina para sa pag-aalis ng alikabok

MGA TAGUBILIN:

a) Sa isang malaking mangkok ng paghahalo, pagsamahin ang harina at asin, na lumikha ng isang balon sa gitna. Dito mo ibubuhos ang iba pang sangkap.

b) Ibuhos ang maligamgam na tubig at langis ng oliba sa balon. Dahan-dahang ihalo ang mga basang sangkap sa harina gamit ang isang kahoy na kutsara o ang iyong mga kamay.

c) Ipagpatuloy ang paghahalo hanggang sa mabuo ang isang magaspang na masa. Kung ito ay nararamdamang masyadong tuyo, magdagdag ng kaunting tubig; kung masyadong malagkit ang pakiramdam, budburan ng kaunting harina.

d) Ilipat ang kuwarta sa isang malinis at may harina na ibabaw at simulan ang pagmamasa. Gamitin ang sakong ng iyong kamay upang itulak ang kuwarta palayo sa iyo, pagkatapos ay itupi ito pabalik sa iyo at ulitin. Ipagpatuloy ang pagmamasa ng mga 5-7 minuto hanggang sa maging makinis at nababanat ang kuwarta.

e) Ilagay muli ang minasa na masa sa mangkok ng paghahalo at takpan ito ng basang tela. Hayaang magpahinga ang kuwarta nang humigit-kumulang 30 minuto, na nagbibigay-daan dito upang makapagpahinga at maging mas madaling gamitin.

f) Painitin muna ang non-stick skillet o griddle sa katamtamang init.

g) Hatiin ang natitirang kuwarta sa maliliit na bahagi. Kumuha ng isang bahagi sa isang pagkakataon at igulong ito sa isang manipis, pabilog na hugis. Bahagyang lagyan ng alikabok ang kuwarta ng harina kung kinakailangan upang hindi dumikit.

h) Maingat na ilipat ang rolled-out dough papunta sa preheated skillet o griddle. Magluto ng humigit-kumulang 1-2 minuto sa bawat panig, o hanggang sa pumutok ang tinapay at magkaroon ng mga light brown spot. Ulitin sa natitirang bahagi ng kuwarta.

i) Habang niluluto ang bawat tinapay ng lavaş, isalansan ang mga ito sa isang malinis na tuwalya sa kusina upang panatilihing mainit at malambot ang mga ito.

j) Ihain ang bagong lutong tinapay na lavaş nang mainit-init, alinman sa pamamagitan ng pagbabalot nito sa mga palaman na gusto mo o paghahain kasama ng mga sawsaw, kebab, o iba pang pagkain.

90. Acı Ekmeği

MGA INGREDIENTS:
- 4 na tasang all-purpose na harina
- 2 kutsarita ng instant yeast
- 1 kutsarita ng asin
- 1 kutsarang asukal
- 1 kutsarang giniling na kumin
- 1 kutsarang paprika
- 1 kutsarita chili flakes (adjust sa panlasa)
- 1 kutsarita ng tuyo na oregano
- 1 kutsarita ng bawang pulbos
- 1 tasang mainit na tubig
- 3 kutsarang langis ng oliba
- Dagdag na harina para sa pag-aalis ng alikabok

MGA TAGUBILIN:

a) Sa isang malaking mangkok ng paghahalo, pagsamahin ang harina, instant yeast, asin, asukal, kumin, paprika, chili flakes, pinatuyong oregano, at pulbos ng bawang. Haluing mabuti upang pantay-pantay ang paghahati ng mga pampalasa.

b) Gumawa ng isang balon sa gitna ng mga tuyong sangkap at ibuhos ang maligamgam na tubig at langis ng oliba.

c) Dahan-dahang paghaluin ang basa at tuyo na mga sangkap gamit ang isang kahoy na kutsara o ang iyong mga kamay hanggang sa mabuo ang isang malagkit na masa.

d) Ilipat ang kuwarta sa ibabaw ng bahagyang harina at masahin ng mga 5-7 minuto hanggang sa maging makinis at nababanat ang kuwarta. Kung ang masa ay masyadong malagkit, magdagdag ng kaunting harina sa proseso ng pagmamasa.

e) Ibalik ang minasa na masa sa mangkok ng paghahalo, takpan ito ng basang tela, at hayaang tumaas ito sa isang mainit na lugar sa loob ng mga 1-2 oras o hanggang dumoble ang laki.

f) Painitin muna ang iyong oven sa 425°F (220°C). Iguhit ang isang baking sheet na may parchment paper.

g) Kapag ang kuwarta ay tumaas, suntukin ito upang palabasin ang anumang mga bula ng hangin. Ilipat ang kuwarta sa ibabaw ng floured at hatiin ito sa pantay na laki ng mga bahagi.

h) Kumuha ng isang bahagi ng kuwarta at hubugin ito ng bilog o hugis-itlog na tinapay. Ilagay ito sa inihandang baking sheet. Ulitin ang natitirang bahagi ng kuwarta, na nag-iiwan ng ilang espasyo sa pagitan ng bawat tinapay.

i) Gamit ang isang matalim na kutsilyo, markahan ang mga tuktok ng mga tinapay sa isang diagonal na pattern.

j) Ihurno ang Acı Ekmeği sa preheated oven sa loob ng mga 15-20 minuto, o hanggang sa maging golden brown ang tinapay at parang guwang kapag tinapik sa ilalim.

k) Kapag naluto na, alisin ang tinapay sa oven at hayaang lumamig sa wire rack.

91.Peksimet

MGA INGREDIENTS:
- Mga hiwa ng lipas na tinapay
- Honey, grape syrup, o molasses (opsyonal)
- Sesame seeds o cinnamon (opsyonal)

MGA TAGUBILIN:

a) Painitin muna ang iyong oven sa pinakamababang setting ng temperatura, kadalasan sa paligid ng 200°F (93°C).

b) Hatiin ang lipas na tinapay sa manipis na piraso. Maaari mong gupitin ang mga ito sa anumang nais na hugis, tulad ng mga parisukat o parihaba.

c) Ayusin ang mga hiwa ng tinapay sa isang baking sheet sa isang solong layer, siguraduhing hindi sila magkakapatong. Maaaring kailanganin mo ang maramihang baking sheet o maghurno nang magkakasunod, depende sa dami ng tinapay.

d) Ilagay ang mga baking sheet sa preheated oven at hayaang maghurno ang mga hiwa ng tinapay sa loob ng mga 2-3 oras, o hanggang sa maging ganap na tuyo at malutong. Ang oras ng pagluluto ay maaaring mag-iba depende sa kapal ng tinapay at sa iyong nais na antas ng crispness.

e) Kapag ang mga hiwa ng tinapay ay tuyo at malutong, alisin ang mga ito sa oven at hayaang lumamig nang buo.

f) Sa puntong ito, maaari mong tangkilikin ang simpleng peksimet, o maaari kang magdagdag ng ilang mga pampalasa kung ninanais. Para sa isang dampi ng tamis, maaari mong lagyan ng honey, grape syrup, o molasses ang peksimet habang mainit pa ang mga ito.

g) Bilang kahalili, maaari mong iwisik ang mga buto ng linga o kanela sa ibabaw ng peksimet para sa dagdag na lasa.

h) Hayaang lumamig at matuyo nang lubusan ang peksimet bago itago ang mga ito sa lalagyang hindi mapapasukan ng hangin. Sila ay magiging mas malutong habang sila ay lumalamig.

92.Cevizli Ekmek

MGA INGREDIENTS:
- 4 na tasang all-purpose na harina
- 2 kutsarita ng instant yeast
- 1 kutsarita ng asin
- 1 kutsarang asukal
- 1 ½ tasa ng maligamgam na tubig
- ½ tasa tinadtad na mga walnuts
- Dagdag na harina para sa pag-aalis ng alikabok

MGA TAGUBILIN:

a) Sa isang malaking mangkok ng paghahalo, pagsamahin ang harina, instant yeast, asin, at asukal. Haluing mabuti upang pantay na maipamahagi ang mga tuyong sangkap.

b) Gumawa ng isang balon sa gitna ng tuyong pinaghalong at ibuhos ang maligamgam na tubig. Haluin ang halo hanggang sa magsimula itong magsama-sama.

c) Ilipat ang kuwarta sa isang malinis at may harina na ibabaw at masahin ng mga 5-7 minuto hanggang sa maging makinis at elastic ang kuwarta.

d) Magdagdag ng higit pang harina kung kinakailangan upang maiwasan ang pagdikit.

e) Kapag ang kuwarta ay mahusay na masahin, ilagay ito pabalik sa mixing bowl. Takpan ang mangkok ng isang basang tela at hayaang tumaas ang masa sa isang mainit na lugar sa loob ng mga 1-2 oras, o hanggang dumoble ito sa laki.

f) Painitin muna ang iyong oven sa 425°F (220°C). Iguhit ang isang baking sheet na may parchment paper.

g) Kapag ang kuwarta ay tumaas, suntukin ito upang palabasin ang anumang mga bula ng hangin. Ilipat ang kuwarta sa ibabaw ng floured at patagin ito sa isang parihaba o hugis-itlog na hugis.

h) Iwiwisik nang pantay-pantay ang tinadtad na mga walnut sa ibabaw ng kuwarta. Dahan-dahang pindutin ang mga walnuts sa kuwarta upang madikit ang mga ito.

i) I-roll up ang kuwarta nang mahigpit mula sa isang dulo, na lumilikha ng isang hugis ng log na may mga walnut sa loob. Kurutin ang mga tahi at dulo upang mai-seal.

j) Ilagay ang hugis na kuwarta sa inihandang baking sheet. Takpan ito ng malinis na tela at hayaang magpahinga ng mga 15-20 minuto.

k) Ihurno ang Cevizli Ekmek sa preheated oven sa loob ng mga 25-30 minuto, o hanggang sa maging golden brown ang tinapay at magmumukhang guwang kapag tinapik sa ilalim.

l) Kapag naluto na, alisin ang tinapay sa oven at hayaang lumamig sa wire rack bago hiwain at ihain.

93.Yufka

MGA INGREDIENTS:
- 4 na tasang all-purpose na harina
- 1 kutsarita ng asin
- 1 ½ tasa ng maligamgam na tubig
- 2 kutsarang langis ng oliba
- Dagdag na harina para sa pag-aalis ng alikabok

MGA TAGUBILIN:

a) Sa isang malaking mangkok ng paghahalo, pagsamahin ang harina at asin. Gumawa ng balon sa gitna.

b) Ibuhos ang maligamgam na tubig at langis ng oliba sa balon. Dahan-dahang ihalo ang mga basang sangkap sa harina gamit ang isang kahoy na kutsara o ang iyong mga kamay.

c) Ipagpatuloy ang paghahalo hanggang sa mabuo ang isang magaspang na masa. Kung ito ay nararamdamang masyadong tuyo, magdagdag ng kaunti pang tubig; kung masyadong malagkit ang pakiramdam, budburan ng kaunting harina.

d) Ilipat ang kuwarta sa isang malinis at may harina na ibabaw at masahin ng mga 5-7 minuto hanggang sa maging makinis at elastic ang kuwarta.

e) Hatiin ang minasa na masa sa maliliit na bahagi. Hugis bola ang bawat bahagi at takpan sila ng basang tela. Hayaang magpahinga sila ng mga 15-20 minuto para ma-relax ang gluten.

f) Pagkatapos magpahinga, kumuha ng isang dough ball at patagin ito gamit ang iyong mga kamay upang lumikha ng isang maliit na disc.

g) Alikabok ang gumaganang ibabaw ng harina at igulong ang dough disc nang manipis hangga't maaari. I-rotate at i-flip ang kuwarta nang madalas upang matiyak na pantay ang kapal.

h) Kapag na-roll out, maingat na iangat ang yufka at ilagay ito sa isang malinis, tuyong tela o baking sheet upang bahagyang matuyo. Ulitin ang proseso sa natitirang mga bola ng kuwarta.

i) Hayaang matuyo ang yufka ng mga 10-15 minuto, o hanggang sa hindi na sila malagkit sa pagpindot.

j) Magpainit ng non-stick skillet o griddle sa katamtamang init. Lutuin ang bawat yufka nang humigit-kumulang 1-2 minuto sa bawat panig, o hanggang sa magkaroon sila ng matingkad na ginintuang kayumangging batik.

k) Habang niluto ang bawat yufka, isalansan ang mga ito sa isang malinis na tuwalya sa kusina upang panatilihing mainit at malambot ang mga ito.

94.Pide Ekmek

MGA INGREDIENTS:
- 4 na tasang all-purpose na harina
- 2 kutsarita ng instant yeast
- 2 kutsarita ng asukal
- 2 kutsarita ng asin
- 2 kutsarang langis ng oliba
- 1 ½ tasa ng maligamgam na tubig
- Opsyonal na mga toppings: sesame seeds, nigella seeds, o iba pang gustong toppings

MGA TAGUBILIN:

a) Sa isang maliit na mangkok, pagsamahin ang maligamgam na tubig, asukal, at instant yeast. Haluing mabuti at hayaang humigit-kumulang 5-10 minuto, o hanggang sa maging mabula ang timpla.

b) Sa isang malaking mangkok ng paghahalo, pagsamahin ang harina at asin. Gumawa ng balon sa gitna at ibuhos ang yeast mixture at olive oil.

c) Dahan-dahang isama ang harina sa likido, ihalo sa isang kutsara o iyong mga kamay hanggang sa mabuo ang isang masa.

d) Ilipat ang kuwarta sa ibabaw ng harina at masahin ito ng mga 10 minuto, o hanggang sa maging makinis at nababanat. Magdagdag ng higit pang harina kung kinakailangan upang maiwasan ang pagdikit, ngunit iwasang magdagdag ng labis dahil maaari itong maging siksik sa tinapay.

e) Ilagay ang kuwarta sa isang mangkok na may kaunting mantika, takpan ito ng basang tela o plastic wrap, at hayaan itong tumaas sa isang mainit na lugar sa loob ng mga 1-2 oras, o hanggang sa dumoble ang laki.

f) Painitin muna ang iyong oven sa 475°F (245°C) at lagyan ng parchment paper ang isang baking sheet.

g) Push down ang tumaas na kuwarta upang palabasin ang anumang mga bula ng hangin at hatiin ito sa 4 na pantay na bahagi. Hugis ang bawat bahagi sa isang pahabang hugis na hugis-itlog, mga ½ pulgada (1 cm) ang kapal.

h) Ilagay ang mga hugis na pide bread sa inihandang baking sheet. Kung ninanais, maaari mong lagyan ng langis ng oliba ang mga tuktok at iwiwisik ang mga buto ng linga, buto ng nigella, o anumang iba pang gustong mga topping.

i) Ihurno ang mga tinapay na pide sa preheated oven nang mga 12-15 minuto, o hanggang sa maging golden brown ang mga ito at magkaroon ng bahagyang crust.

j) Alisin ang mga pide bread mula sa oven at hayaang lumamig ng ilang minuto bago ihain.

95.Vakfıkebir Ekmeği

MGA INGREDIENTS:
- 4 tasa ng harina ng tinapay
- 2 kutsarita ng instant yeast
- 2 kutsarita ng asukal
- 2 kutsarita ng asin
- 2 kutsarang langis ng oliba
- 1 ½ tasa ng maligamgam na tubig

MGA TAGUBILIN:
a) Sa isang maliit na mangkok, pagsamahin ang maligamgam na tubig, asukal, at instant yeast. Haluing mabuti at hayaang humigit-kumulang 5-10 minuto, o hanggang sa maging mabula ang timpla.

b) Sa isang malaking mangkok ng paghahalo, pagsamahin ang harina ng tinapay at asin. Gumawa ng balon sa gitna at ibuhos ang yeast mixture at olive oil.

c) Dahan-dahang isama ang harina sa likido, paghaluin gamit ang isang kutsara o iyong mga kamay hanggang sa mabuo ang isang makapal na masa.

d) Ilipat ang kuwarta sa ibabaw ng harina at masahin ito ng mga 10 minuto, o hanggang sa maging makinis at nababanat. Magdagdag ng higit pang harina kung kinakailangan upang maiwasan ang pagdikit, ngunit iwasang magdagdag ng labis dahil maaari itong maging siksik sa tinapay.

e) Ilagay ang kuwarta sa isang mangkok na may kaunting mantika, takpan ito ng basang tela o plastic wrap, at hayaang tumaas ito sa isang mainit na lugar sa loob ng mga 1-2 oras, o hanggang dumoble ang laki.

f) Painitin muna ang iyong oven sa 425°F (220°C) at maglagay ng baking stone o baking sheet sa oven para uminit din.

g) Push down ang tumaas na kuwarta upang lumabas ang anumang mga bula ng hangin at hugis ito sa isang bilog o hugis-itlog na tinapay. Ilagay ang tinapay sa isang baking sheet na nilagyan ng parchment paper.

h) Takpan ang kuwarta gamit ang isang mamasa-masa na tela at hayaan itong magpahinga ng mga 15-20 minuto.

i) Alisin ang tela at gumamit ng matalim na kutsilyo o isang tinapay na pilay upang markahan ang tuktok ng tinapay na may ilang mga diagonal na laslas.

j) Maingat na ilipat ang baking sheet na may tinapay sa preheated baking stone o baking sheet sa oven.

k) Ihurno ang tinapay sa loob ng mga 30-35 minuto, o hanggang sa maging golden brown ang crust at magmumukhang guwang kapag tinapik sa ilalim.

l) Alisin ang tinapay mula sa oven at hayaang lumamig sa wire rack bago hiwain at ihain.

96.Karadeniz Yöresi Ekmeği

MGA INGREDIENTS:
- 4 tasa ng harina ng tinapay
- 2 kutsarita ng instant yeast
- 2 kutsarita ng asukal
- 2 kutsarita ng asin
- 2 kutsarang langis ng oliba o langis ng mirasol
- 1 ½ tasa ng maligamgam na tubig

MGA TAGUBILIN:

a)   Sa isang maliit na mangkok, pagsamahin ang maligamgam na tubig, asukal, at instant yeast. Haluing mabuti at hayaang humigit-kumulang 5-10 minuto, o hanggang sa maging mabula ang timpla.

b)   Sa isang malaking mangkok ng paghahalo, pagsamahin ang harina ng tinapay at asin. Gumawa ng balon sa gitna at ibuhos ang yeast mixture at olive oil.

c)   Dahan-dahang isama ang harina sa likido, paghaluin gamit ang isang kutsara o iyong mga kamay hanggang sa mabuo ang isang makapal na masa.

d)   Ilipat ang kuwarta sa ibabaw ng harina at masahin ito ng mga 10 minuto, o hanggang sa maging makinis at nababanat. Magdagdag ng higit pang harina kung kinakailangan upang maiwasan ang pagdikit, ngunit iwasang magdagdag ng labis dahil maaari itong maging siksik sa tinapay.

e)   Ilagay ang kuwarta sa isang mangkok na may kaunting mantika, takpan ito ng basang tela o plastic wrap, at hayaan itong tumaas sa isang mainit na lugar sa loob ng mga 1-2 oras, o hanggang sa dumoble ang laki.

f)   Painitin muna ang iyong oven sa 425°F (220°C) at maglagay ng baking stone o baking sheet sa oven para uminit din.

g)   Push down ang tumaas na kuwarta upang lumabas ang anumang mga bula ng hangin at hugis ito sa isang bilog o hugis-itlog na tinapay. Maaari mo ring hubugin ito sa isang tradisyonal na Karadeniz Yöresi Ekmeği sa pamamagitan ng paghahati ng masa sa mas maliliit na piraso at pagbuo ng mga ito sa mga pahabang hugis na may tapered na dulo.

h) Ilagay ang hugis na kuwarta sa isang parchment paper-lined baking sheet.
i) Takpan ang kuwarta gamit ang isang mamasa-masa na tela at hayaan itong magpahinga ng mga 15-20 minuto.
j) Alisin ang tela at gumamit ng matalim na kutsilyo o isang tinapay na pilay upang markahan ang tuktok ng tinapay na may ilang mga diagonal na laslas o lumikha ng isang pattern kung ninanais.
k) Maingat na ilipat ang baking sheet na may tinapay sa preheated baking stone o baking sheet sa oven.
l) Ihurno ang tinapay sa loob ng mga 30-35 minuto, o hanggang sa maging golden brown ang crust at magmumukhang guwang kapag tinapik sa ilalim.
m) Alisin ang tinapay mula sa oven at hayaang lumamig sa wire rack bago hiwain at ihain.

97.Köy Ekmeği

MGA INGREDIENTS:
- 4 tasa ng harina ng tinapay
- 2 kutsarita ng instant yeast
- 2 kutsarita ng asin
- 2 kutsarita ng asukal
- 2 tasang maligamgam na tubig

MGA TAGUBILIN:

a) Sa isang maliit na mangkok, pagsamahin ang maligamgam na tubig, asukal, at instant yeast. Haluing mabuti at hayaang humigit-kumulang 5-10 minuto, o hanggang sa maging mabula ang timpla.

b) Sa isang malaking mangkok ng paghahalo, pagsamahin ang harina ng tinapay at asin. Gumawa ng balon sa gitna at ibuhos ang lebadura.

c) Dahan-dahang isama ang harina sa likido, paghaluin gamit ang isang kutsara o iyong mga kamay hanggang sa mabuo ang isang makapal na masa.

d) Ilipat ang kuwarta sa ibabaw ng harina at masahin ito ng mga 10-15 minuto, o hanggang sa maging makinis at nababanat. Magdagdag ng higit pang harina kung kinakailangan upang maiwasan ang pagdikit, ngunit iwasan ang pagdaragdag ng labis dahil maaari itong maging siksik sa tinapay.

e) Ilagay ang kuwarta sa isang mangkok na may kaunting mantika, takpan ito ng basang tela o plastic wrap, at hayaan itong tumaas sa isang mainit na lugar sa loob ng mga 1-2 oras, o hanggang dumoble ang laki.

f) Painitin muna ang iyong oven sa 450°F (230°C) at maglagay ng baking stone o baking sheet sa oven para uminit din.

g) Push down ang tumaas na kuwarta upang lumabas ang anumang mga bula ng hangin at hugis ito sa isang bilog o hugis-itlog na tinapay. Maaari mo ring hatiin ang kuwarta sa maliliit na bahagi at hubugin ang mga ito sa mga indibidwal na rolyo kung ninanais.

h) Ilagay ang hugis na kuwarta sa isang parchment paper-lined baking sheet.

i) Takpan ang kuwarta gamit ang isang mamasa-masa na tela at hayaan itong magpahinga ng mga 15-20 minuto.

j) Alisin ang tela at gumamit ng matalim na kutsilyo o isang tinapay na pilay upang markahan ang tuktok ng tinapay na may ilang mga diagonal na laslas o lumikha ng isang pattern kung ninanais.

k) Maingat na ilipat ang baking sheet na may tinapay sa preheated baking stone o baking sheet sa oven.

l) Ihurno ang tinapay sa loob ng mga 30-35 minuto, o hanggang sa maging golden brown ang crust at magmumukhang guwang kapag tinapik sa ilalim.

m) Alisin ang tinapay mula sa oven at hayaang lumamig sa wire rack bago hiwain at ihain.

98.Tost Ekmeği

MGA INGREDIENTS:
- 4 tasa ng harina ng tinapay
- 2 kutsarita ng instant yeast
- 2 kutsarita ng asukal
- 2 kutsarita ng asin
- 2 kutsarang langis ng oliba
- 1 ½ tasa ng maligamgam na tubig

MGA TAGUBILIN:
a) Sa isang malaking mangkok ng paghahalo, pagsamahin ang harina ng tinapay, instant yeast, asukal, at asin. Haluing mabuti upang pantay na maipamahagi ang mga tuyong sangkap.
b) Idagdag ang langis ng oliba sa mga tuyong sangkap at ihalo ito.
c) Dahan-dahang ibuhos ang maligamgam na tubig sa mangkok habang hinahalo. Ipagpatuloy ang paghahalo hanggang sa magsimulang magsama ang kuwarta.
d) Ilipat ang kuwarta sa ibabaw ng bahagyang harina at masahin ito ng mga 10-15 minuto, o hanggang sa maging makinis at nababanat. Magdagdag ng higit pang harina kung kinakailangan upang maiwasan ang pagdikit, ngunit iwasang magdagdag ng labis dahil maaari itong maging siksik sa tinapay.
e) Hugis ang kuwarta sa isang bola at ilagay ito pabalik sa mangkok ng paghahalo. Takpan ang mangkok ng isang mamasa-masa na tela o plastic wrap at hayaang tumaas ang kuwarta sa isang mainit na lugar sa loob ng mga 1-2 oras, o hanggang dumoble ito sa laki.
f) Kapag ang kuwarta ay tumaas, suntukin ito upang palabasin ang anumang mga bula ng hangin. Ilipat ang kuwarta sa isang bahagyang nilagyan ng harina at hatiin ito sa pantay na laki ng mga bahagi, depende sa nais na laki ng iyong Tost Ekmeği.
g) Hugis ang bawat bahagi ng bola at pagkatapos ay patagin ito sa hugis na hugis-parihaba, mga ½ pulgada (1 cm) ang kapal. Maaari kang gumamit ng rolling pin upang makatulong na makuha ang ninanais na hugis at kapal.
h) Ilagay ang mga piraso ng pinipi na kuwarta sa isang baking sheet na nilagyan ng parchment paper. Takpan sila ng tela at hayaang magpahinga ng mga 15-20 minuto.

i) Painitin muna ang iyong oven sa 400°F (200°C).

j) I-bake ang Tost Ekmeği sa preheated oven sa loob ng mga 15-20 minuto, o hanggang sa maging golden brown ang mga ito at parang hungkag kapag tinapik sa ibaba.

k) Alisin ang tinapay mula sa oven at hayaan itong lumamig sa wire rack bago hiwain at gamitin para sa mga sandwich o pag-ihaw.

99.Kaşarlı Ekmek

MGA INGREDIENTS:
- 4 tasa ng harina ng tinapay
- 2 kutsarita ng instant yeast
- 2 kutsarita ng asukal
- 2 kutsarita ng asin
- 2 kutsarang langis ng oliba
- 1 ½ tasa ng maligamgam na tubig
- 200 gramo ng vegan na natutunaw na keso, gadgad
- Opsyonal: nigella seeds o sesame seeds para sa topping

MGA TAGUBILIN:

a) Sa isang malaking mangkok ng paghahalo, pagsamahin ang harina ng tinapay, instant yeast, asukal, at asin. Tiyakin ang pantay na pamamahagi ng mga tuyong sangkap.

b) Idagdag ang langis ng oliba sa tuyong pinaghalong, isama ito nang lubusan.

c) Dahan-dahang ibuhos ang maligamgam na tubig sa mangkok habang hinahalo. Ipagpatuloy ang paghahalo hanggang sa magsimulang magsama ang kuwarta.

d) Ilipat ang kuwarta sa isang bahagyang tinadtad na ibabaw at masahin ng 10-15 minuto, o hanggang sa makinis at nababanat. Ayusin gamit ang mas maraming harina kung kinakailangan, iwasan ang labis na halaga na maaaring maging siksik sa tinapay.

e) Hugis ang kuwarta sa isang bola, ibalik ito sa mangkok, at takpan ng isang basang tela o plastic wrap. Hayaang tumaas ito sa isang mainit na lugar sa loob ng 1-2 oras, o hanggang dumoble ang laki.

f) Kapag bumangon, suntukin ang kuwarta upang lumabas ang mga bula ng hangin. Hatiin ito sa pantay na laki ng mga bahagi, depende sa gusto mong laki ng tinapay.

g) Kumuha ng isang bahagi, patagin ito sa isang bilog o hugis-itlog (mga ½-pulgada ang kapal), at masaganang pagwiwisik ng grated vegan cheese sa kalahati, na nag-iiwan ng hangganan.

h) Tiklupin ang kalahati sa ibabaw ng keso, pinindot ang mga gilid upang mai-seal.

i) Ilagay ang napunong tinapay sa isang baking sheet na nilagyan ng parchment. Ulitin sa natitirang bahagi ng kuwarta at keso.
j) Opsyonal: I-brush ang tuktok ng isang plant-based egg substitute at budburan ng nigella seeds o sesame seeds para sa karagdagang lasa at visual appeal.
k) Painitin muna ang oven sa 400°F (200°C).
l) Ihurno ang Vegan Kaşarlı Ekmek sa loob ng 15-20 minuto o hanggang sa ginintuang kayumanggi, na may natunaw at bubbly na keso.
m) Alisin sa oven at hayaang lumamig nang bahagya bago ihain. I-enjoy ang iyong masarap na plant-based twist sa Turkish classic na ito!

100.Kete

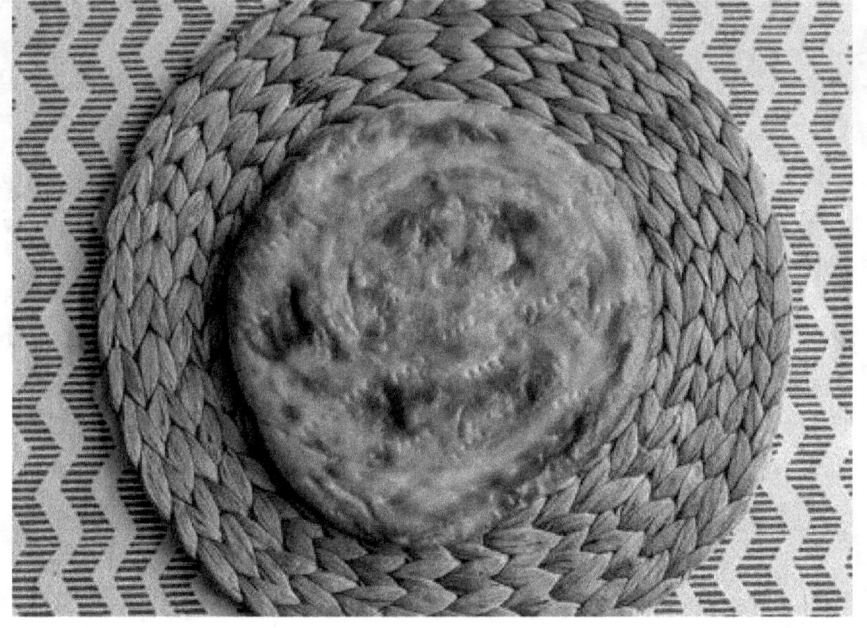

MGA INGREDIENTS:
- 4 na tasang all-purpose na harina
- 1 kutsarita ng asin
- 1 kutsarita ng asukal
- 1 kutsarang aktibong dry yeast
- 1 tasang mainit na gatas
- ½ tasa ng langis ng gulay
- 1 itlog, pinalo (para sa paghugas ng itlog)
- Sesame seeds (para sa topping)

MGA TAGUBILIN:

a) Sa isang malaking mangkok ng paghahalo, pagsamahin ang harina, asin, at asukal, ihalo nang lubusan.

b) Sa isang hiwalay na maliit na mangkok, i-dissolve ang lebadura sa mainit na gatas. Hayaang umupo ito ng humigit-kumulang 5 minuto hanggang sa maging mabula ang lebadura.

c) Gumawa ng isang balon sa gitna ng pinaghalong harina at ibuhos ang lebadura na halo at langis ng gulay. Haluin gamit ang isang kutsara o ang iyong mga kamay hanggang sa mabuo ang malambot na masa.

d) Ilipat ang kuwarta sa isang bahagyang tinadtad na ibabaw at masahin ng mga 10 minuto hanggang sa maging makinis at nababanat. Magdagdag ng higit pang harina kung kinakailangan upang maiwasan ang pagdikit.

e) Ibalik ang kuwarta sa mangkok ng paghahalo, takpan ito ng isang mamasa-masa na tela, at hayaan itong tumaas sa isang mainit na lugar sa loob ng 1-2 oras, o hanggang dumoble ito sa laki.

f) Pagkatapos tumaas ang kuwarta, suntukin ito upang palabasin ang anumang mga bula ng hangin. Hatiin ang kuwarta sa pantay na laki ng mga bahagi batay sa gusto mong laki ng Kete.

g) Kumuha ng isang bahagi at igulong ito sa isang manipis na hugis-parihaba, humigit-kumulang ¼ pulgada (0.5 cm) ang kapal.

h) I-brush ang ibabaw ng rolled-out dough gamit ang pinalo na itlog, na nag-iiwan ng maliit na hangganan sa paligid ng mga gilid.

i) Simula sa isang dulo, mahigpit na igulong ang kuwarta sa isang hugis ng log, katulad ng isang jelly roll.

j) Dahan-dahang iunat ang pinagsamang kuwarta mula sa magkabilang dulo, na ginagawa itong mas mahaba at mas manipis.
k) Kunin ang isang dulo ng nakaunat na kuwarta at i-twist ito sa isang spiral na hugis, katulad ng isang cinnamon roll. Magpatuloy sa pag-twist hanggang sa maabot mo ang kabilang dulo.
l) Ulitin ang proseso sa natitirang bahagi ng kuwarta.
m) Painitin muna ang iyong oven sa 375°F (190°C) at lagyan ng parchment paper ang isang baking sheet.
n) Ilagay ang pinaikot na mga tinapay na Kete sa inihandang baking sheet. I-brush ang ibabaw gamit ang pinalo na itlog at budburan ng sesame seeds sa ibabaw.
o) Ihurno ang Kete sa preheated oven sa loob ng 20-25 minuto o hanggang sa maging golden brown ang crust, at maluto ang tinapay.
p) Alisin ang tinapay mula sa oven at hayaang lumamig sa wire rack bago ihain. Masiyahan sa iyong lutong bahay na Kete!

KONGKLUSYON

Habang tinatapos namin ang aming masasarap na paglalakbay sa pamamagitan ng "ANG SINING NG PAGBABA NG TINAPAY NA VEGAN SA BAHAY," umaasa kaming naranasan mo ang kagalakan at kasiyahan sa paggawa ng masarap na vegan bread sa sarili mong kusina. Ang bawat recipe sa loob ng mga page na ito ay isang pagdiriwang ng kasiningan, lasa, at walang kalupitan na kabutihang hatid ng vegan baking sa iyong mesa—isang testamento sa walang katapusang mga posibilidad sa mundo ng paggawa ng tinapay na nakabatay sa halaman.

Natikman mo man ang pagiging simple ng isang klasikong sandwich na tinapay, tinanggap ang tamis ng isang sourdough, o nagpakasawa sa tamis ng isang almusal, nagtitiwala kami na ang 100 recipe na ito ay nagbigay inspirasyon sa iyo na itaas ang iyong mga kasanayan sa paggawa ng tinapay na vegan. Higit pa sa mga sangkap at diskarte, nawa'y ang konsepto ng pagbe-bake ng vegan bread ay maging mapagkukunan ng kagalakan, pagkamalikhain, at isang masarap na kontribusyon sa isang mahabaging pamumuhay.

Habang patuloy mong ginalugad ang mundo ng vegan baking, nawa'y ang "ANG SINING NG PAGBABA NG TINAPAY NA VEGAN SA BAHAY" ang iyong mapagkakatiwalaang kasama, na gagabay sa iyo sa iba't ibang masasarap na opsyon na ginagawang kasiya-siya at kasiya-siyang karanasan ang paggawa ng vegan bread. Narito ang pagtanggap sa sining ng vegan bread at pagtikim ng kabutihan ng mga plant-based na tinapay—happy baking!

www.ingramcontent.com/pod-product-compliance
Lightning Source LLC
Chambersburg PA
CBHW071303110526
44591CB00010B/759